எல்லாம் வல்ல மனம்

ஸ்ரீதர்

பொருளடக்கம்

முன்னுரை

1. எல்லாம் வல்ல மனம்

2. எதை சொன்னாலும் நம்பிவிடும் ஆழ்மனம்

3. எண்ணங்களை மாற்றுவது எப்படி?

4. நினைவுத்திறனை மேம்படுத்து

5. மனதை ஒருமுகப்படுத்து

முன்னுரை

இயற்கை, நமக்கு அற்புதமான சக்தி கொண்ட மூளையை கொடுத்திருக்கி-றது. விஞ்ஞானிகள் கடுமையாக முயன்றும் இதன் செயல்பாட்டை முழுவதும் புரிந்துகொள்ள முடியவில்லை. இத்தனை தகவல்களையும், ஆயிரமாயிரம் நிகழ்வுகளையும், உணர்வுகளையும் மூளை எங்கே, எவ்விதம் பதிவாகியிருக்-கிறது என்பது ஒரு மிக பெரிய ஆச்சரியம்!. மூளையின் எண்ணற்ற விந்-தைகளை, விஞ்ஞானிகள் இப்போது தான் கொஞ்சம் கொஞ்சமாக அறிந்து வருகிறார்கள்.

ஒரு செய்யுளை பத்து முறை திரும்பத் திரும்ப சொன்னால், அப்படியே அது மனதில் பதிந்து விடுகிறது. மூளையானது, அனைத்தையும் நினைவில் கொள்ளும் திறன் பெற்றது. நினைவாற்றல் அடிப்படையிலேயே நாம் அறிவு அனைத்தையும் பெறுகின்றோம். எழுத்து கண்டறியப்படுவதற்கு முன்பு, நினைவாற்றல் மூலமே, அறிவு ஒரு தலைமுறையிலிருந்து மற்றொரு தலை-முறைக்குச் சென்றது. எந்தத்துறையாயினும் சிறப்பாக செயல்பட நினைவாற்-றல் தேவை.

தேர்வில், படித்ததை எந்தளவிற்கு நினைவில் கொண்டுவந்து எழுது-கிறோம் என்பதில்தான் வெற்றி நிர்ணயிக்கப்படுகிறது. நல்ல நினைவாற்-றலை பெற்றவர்கள் எத்தகைய உத்திகளை கடை பிடிக்கின்றார்கள் என்று ஆராய்ச்சியின் மூலம் கண்டறிந்துள்ளார்கள். அந்த உத்திகளை "முயற்சி மற்றும் பயிற்சி" களின் மூலம் வளர்த்துக்கொள்ள முடியும். மூளைக்கு வயது அதன் செயல் திறனைப் பொறுத்து உள்ளது. உங்களுக்கு வயதானாலும், உங்கள் மூளையின் வயது குறைவாக இருந்தால், நீங்கள் புத்திசாலி என்று அர்த்தம். உலகில் மிக அபாரமான ஞாபக சக்தி வாய்ந்த மனிதர்களெல்லாம் இருக்கிறார்கள். இதெல்லாம் நாம் எப்படி மூளையைப் பயன்படுத்துகிறோம் என்பதைப் பொறுத்தது.

நினைவாற்றல் குறைவு என்பது யாருக்கும் இல்லை, நினைவாற்றலை நாம் பயன்படுத்துவதில்தான் குறைவு. நினைவாற்றல் திறன் உள்ளவர்கள், நினை-வாற்றல் திறன் இல்லாதவர்கள் என்றெல்லாம் யாரையும் பிரிக்க முடியாது. வேண்டுமானால் நினைவாற்றலை மேம்படுத்திக்கொள்ளும் வழி முறைகளை அறிந்தவர்கள், அறியாதவர்கள் என்று பிரிக்கலாம்.

நினைவாற்றலுக்கு தேவை பயிற்சியும், முயற்சியும்தான். தண்ணீரில் இறங்காமல் கரையில் நிற்கும்வரை நீச்சல் பழகுவது என்பது முடியாது. முடி-யும் என்று நினைத்தால், முடியாதது எதுவும் இல்லை.

என்றும் அன்புடன்

ந. ஸ்ரீதர்

1

எல்லாம் வல்ல மனம்

உயிரணுக்களின் பரிணாம வளர்ச்சியின் இறுதி வடிவம்தான் நாம். நமக்கு மிஞ்சிய ஒரு பரிணாம வடிவத்தை இன்னும் இயற்கை யோசிக்கவில்லை. ஆறாவது அறிவாக மனம், இதுத்தான் மற்ற உயிர்களிலிலிருந்து நம்மை வேறுபடுத்துவது.

ஆறாவது அறிவுக்கு காரணம், பிற உயிர்களைவிட பன்மடங்கு பரிணாம வளர்ச்சியடைந்த நமது மூளை! அலாவுதீனின் அற்புத விளக்கைவிட அற்புதமானது நமது மூளை. அதைத் திறம்பட செயல்பட வைத்தால், நாம் நினைத்ததையெல்லாம் கிடைக்கச்செய்துவிடும். நமது மூளையைப் பயன்படுத்தி இந்த உலகத்தைப்பத்தி நாம தெளிவா தெரிஞ்சிக்கிட்ட விஷயங்களைவிட, இன்னும் தெரியாத விஷயங்கள் எண்ணிலடங்காதவை. நமது பரிணாமத்தின் மகுடமான மனதின் அதிர்வெண்ணைப்பொறுத்தே நாம் பில்கேட்ஸ் ஆவதும், பிச்சைக்காரர் ஆவதும்.

உலகிலேயே மிக மிக அதிசயமானதும், பல மில்லியன் தகவல்களை சேர்த்து வைத்துள்ள சூப்பர்க்கணினியான நம்முடைய மூளை, தற்போதுள்ள நிலையை அடைய, பல கோடி வருடங்கள் பிடித்தது. இத்தனைக் கோடி ஆண்டுகளில், நம் மூளையை உருவாக்கித்தந்துள்ள நம் முன்னோர்களுக்கு, முதலில் நாம் நன்றி தெரிவித்துக்கொள்வோம்.

புதிதாக எதை வாங்கினாலும், அதில் உள்ள புதிய விஷயங்களை தேடித்தேடிக் கற்றுக் கொள்கிறோம். அதுபோல் நமக்கு ஆறறிவு இருக்கும் இடமான மூளையை எப்படிப் பயன்படுத்துவது என்பதை நன்றாக தெரிந்துக்கொள்வது அவசியம்.

மூளையில், பல்லாயிரம் கோடி செல்கள் உள்ளன. இந்த செல்களில் ஏற்படும் மின்துடிப்புகளால்தான், வாங்கின கடன் மறக்காம திருப்பித்தரதா வாக்குகொடுப்பதொல்லாம்! (வாக்கு மட்டும் தாங்க)

நமது மூளையானது கணினியைப்போல் செயல்பட்டு, நம் ஒவ்வொரு செயலுக்கும், அடிப்படையாக விளங்குகிறது. எவ்வளவு தெளிவாக சிந்திக்க மூளை துணைபுரிகிறதோ, அவ்வளவு வியப்பூட்டும் வகையில் அதை ஆராய்ச்சி செய்யும் விஞ்ஞானிகளையே குழப்பத்துக்கு உள்ளாக்கிவிடுகிறது.

சராசரி மூளை, சுமார் ஒன்றரை கிலோ எடையிருக்கும். நம்முடைய மூளை கொஞ்சம் எடை குறைச்சலாயிருந்தா, நாம அதற்காக கவலைப்பட வேண்டாம். ஏன்னா? இயற்பியல்

மேதை ஜன்ஸ்டீனின் மூளையின் எடை 1230 கிராம்தான். மூளைக்குள் இருக்கும் மடிப்பு-களில்தான் இருக்கிறது அத்தனைக்குமான சூட்சமமும்!

மூளையின் எடை, உடலின் எடையில் வெறும் 2% மட்டுமே, ஆனால் உடலின் மொத்த சக்தியில் 20%ஐ தனது தேவைக்கு எடுத்துக்கொள்கிறது. நமது மூளையின் எடை நமக்-குத் தெரியாதபடி அது ஒருவகை திரவத்தில் மிதந்து கொண்டுள்ளது. மண்டையோடு என்ற ஹெல்மெட்டோடு மிகவும் பாதுகாப்போடு அமைந்துள்ளது நமது மூளை.

கருவிலிருந்து குழந்தையின் உறுப்புகளில் மிக வேகமாக வளர்ச்சியடைவது மூளைதான். கரு உண்டாகி நான்கே வாரங்களில் மூளையில் கோடான கோடி நியூரான்கள் தோன்றி, கோடான கோடி இணைப்புகளை ஒன்றுடன் ஒன்று உண்டாக்குகின்றன.

முழு கவனத்தோடும், ஈடுபாட்டோடும் மூளையைப் பயன்படுத்தும்போது, பல அசாதாரண விஷயங்களை அனாயாசமாக செய்து முடிக்கமுடியும். பல விதமான மொழிகளை நினைவில் கொள்ளும் அபார சக்தி நம் மூளைக்கு உண்டு.

மடிப்பு மடிப்பாக கசங்கி காணப்படும் மூளையானது, ஸ்பைனல்கார்டு என்னும் முது-குத்தண்டிலிருந்து தொடங்குகிறது. ஆக்சிஜனும், ரத்தமும் அதிகம் தேவைப்படுவது நமது மூளைக்குத்தான். பத்து வினாடி, மூளைக்குள் ரத்தம் செல்லவில்லையென்றால், நமக்கு மயக்கம் வந்துவிடும். சில நிமிடங்களுக்கு ஆக்சிஜன் இல்லையென்றால் அவ்வளவுதான்!. ரத்தமும், ஆக்சிஜனும் மூளைக்கு செல்லாமல் வேலை நிறுத்தம் அளவுக்கு போயிட்-டுன்னா?... போயிட்டுன்னா என்னா? ... போயிட்டதுதான்னுதான் அர்த்தம்!!.

நம் எண்ணங்கள், உணர்வுகள், உணர்ச்சிகளுக்கு ஏற்ப மூளையில் வேதிப்பொருட்கள் சுரக்கப்படுகிறன. இவ்வேதிப் பொருட்கள் மூலமே தகவல் பரிமாற்றம் நடக்கிறது.

நம் மூளையானது பல மில்லியன் நியூரான்களைக் கொண்டுள்ளது. நியூரானுக்கு நடுவில் செல் உடல் இருக்கிறது. அவற்றில் மெல்லிய இழைகள் இருக்கின்றன. இந்த இழைகளின் மூலமே, நியூரான்கள் ஒன்றுடன் ஒன்று இணைக்கப்பட்டுள்ளன. தகவல்களை நம் உடலின் பாகங்களுக்குக் கொண்டு செல்வது இந்த நியூரான்கள்தான். அனைத்துத் தகவல்களும் மின் சைகைகளாக மாற்றப்பட்டு நியூரான்கள் மூலம் கடத்தப்படுகிறது.

உடல் உறுப்புகளிலிருந்து மூளைக்குத் தகவல்களைக் கொண்டு செல்லும் நியூரான்களை sensory neuron என்றும், மூளையிலிருந்து உடல் உறுப்புகளுக்குத் தகவல் கொண்டு செல்லும் நியூரான்களை motor neuron என்றும் அழைப்பர். எல்லாவற்றிற்கும் மூளையில் நரம்புகள் உள்ளன. அந்த நரம்பு நுனிகளிலிருந்து வரும் செய்திகளை கொண்டுதான் எல்-லாவற்றையும் நாம் உணர்கிறோம். மூளையின் ஒவ்வொரு பாகமும் தனித் தனியே வேலை செய்கிறது. கைகளை இயக்க ஒரு பகுதி, கால்களை இயக்க மற்றொரு பகுதி, பார்வைக்கு ஒரு பகுதி, பேச்சிற்கு ஒரு பகுதி.

நம் உடம்பில் இருக்கும் அத்தனை நரம்புகளும் மூளையுடன் இணைக்கப்படுவதால் மூளை தகவல் சேமிக்கும் ஹார்டு டிஸ்காக செயல்படுகிறது. மூளை, இரண்டு அரைக்-கோளங்களாக அமைந்துள்ளது. இந்த வலது மற்றும் இடது அரைக்கோளங்களை கார்பஸ் கலாஸ்ஸம் என்ற தண்டு இணைக்கிறது. ஒவ்வொரு அரைக் கோளமும் உடம்பின் ஒரு பாகத்தை கட்டுப்படுத்துகிறது. வலது பக்க மூளை உடம்பின் இடப்பக்க உறுப்புகளையும், இடப்பக்க மூளை உடம்பின் வலப்பக்க உறுப்புகளையும் கட்டுப்படுத்துகிறது.

கார்பஸ் கலாஸ்ஸம் என்ற இடைத்தண்டை வெட்டிப்பார்த்தால் என்ன ஆகும் என யோசித்த ஆராய்சியாளர்கள், தீவிர வலிப்பு வந்து இறக்கும் நிலையில் இருந்த ஒருவனுக்கு, இந்த இணைப்பை வெட்டிவிட்டார்கள். அப்போது அவனுக்கு வலிப்பு நோய் குணமாகிட்-டதைக்கண்ட ஆராய்சியாளர்கள் ஆச்சரியமடைந்தனர். அவனை வைத்து ஆராய்ச்சியில் ஈடுபட்டபோது கண்டறிந்த விஷயம் இன்னும் ஆச்சரியத்தை ஏற்படுத்தியது.

இடைத்தண்டு வெட்டப்பட்டவனை, கண்ணை மூடிக்கொள்ளச் சொல்லி வலது கையில் ஒரு பொருளை வைத்தால், அது என்னவென்று சொல்ல முடிந்தது. ஆனால் இடக்கையில் அதேபொருளை வைத்தால் அது என்னவென்று அவனால் சொல்ல முடியவில்லை. மூளைக்குச் செல்லும் நரம்புகளில் இட வல மாற்றம் நிகழ்வதே இதற்குக் காரணம். வலப்-பக்கச்செய்திகள், மூளையின் இடது பாதிக்கும், இடப்பக்க செய்திகள் மூளையின் வலது பாதிக்கும் மாறி விடுகின்றன.

மூளையின் அடிப்பாகத்தில் அமைக்டாலா என்ற ஓர் உறுப்பு உள்ளது. ஆபத்து நேரும்-போது பய உணர்வு ஏற்பட்டு, அந்த ஆபத்திலிருந்து தப்பிக்க காரணமாகவுள்ள மூளையின் பகுதியைத்தான் அமைக்டாலா என்கிறார்கள். இதன் செயல் குறைந்து இருந்தால் உற்சாக-மும், அமைக்டாலாவின் செயல் அதிகமாக இருந்தால் கோபமும் தோன்றும்.

தெருவில் நம்மை கடிக்க துரத்திவரும் நாயை விட, நாம் வேகமாக ஓடி தப்பிக்க கார-ணமாமாயிருப்பது இந்த அமைக்டலாத்தான். அமைக்டலாவின் கட்டளையின் கீழ் அட்ரிலின் சுரக்கிறது. அட்ரிலின் ரத்தத்தில் கலந்து, உடலெங்கும் பரவும் போது நமக்குள் ஒரு வேதி-மாற்றம் நிகழ்கிறது. மூளையிலிருந்து கட்டளைகள் உடலின் எல்லா உறுப்புகளுக்கும் செல்-கிறது. நாயை விட நாம் தலைதெறிக்க ஓடுவதற்கான அத்தனை பலமும் நமக்கு கிடைப்பது இதனால்தான்.

நம் மூளையில் உள்ள ஹைப்போதாலாமஸ்ஸின் மேல்பகுதியில் இருக்கும் இந்த அமைக்டாலா என்ற பகுதியைத்தொட்டால் உடனே கோபம் உண்டாகும் என ஆராய்ச்சியில் கண்டுப் பிடித்துள்ளனர். இந்த பகுதியை, நீக்கிவிட்டால், கோபமே வராதாம். இதன் பக்கத்-தில் உள்ள செப்டம் என்ற பகுதியை தொட்டால் நமக்கு சிரிப்பு வந்துவிடுமாம். எலியைவச்சு செஞ்ச ஆராய்ச்சியில் நம்ம விஞ்ஞானிகள் கண்டறிந்தது.

மூளையில் உள்ள லிம்பிக்சிஸ்டம் இயங்கும் விதத்தை பொருத்துத்தான், நாம் உணரும் வலியின் அளவு இருக்கும். மூளைக்குள்ளேயே வலியை சமாளிக்க என்கஃபாலின் என்ற வேதிப்பொருள் சுரக்கிறது. சிலர் பஸ்ஸைக்கூட பல்லில் கட்டி இழுப்பார்கள். உடம்பெங்கும் அலகு குத்திக்கொண்டு அந்தரத்தில் தொங்குபவர்களும் உண்டு. ஆனால் சிலர் கொஞ்சம் வலியைக்கூட தாங்கிக்கொள்ளாமல் கத்த தொடங்கிவிடுவார்கள். சாமி படம் பார்த்துக்-கொண்டிருக்கும் போது தியேட்டரிலயே சிலர் சாமி வந்து ஆடுவது, இதற்கெல்லாம் கார-ணம், லிம்பிக் சிஸ்டம் வேலை செய்யும் விதம்தான்.

இயற்கை இது வரை படைத்த பல்லாயிரக் கோடிக்கணக்கான மனிதர்களில் ஒருவர் போல் இன்னொருவரைப் படைத்ததில்லை. இது பிரமிப்பூட்டும் உண்மை. ஒருவரின் கைரே-கைப்போலவே மற்றொருவரின் கைரேகை இருக்காது. நம் உடலை சரிபாதியாக மடித்தால் இரண்டு பகுதிகளுக்கும் வித்தியாசம் காணலாம். இயற்கையாகவே உடலின் இடப்பக்க உறுப்புகள் சற்று சிறியனவாக இருக்கும். அப்படி இருக்கும்போது மனிதனுக்கு மனிதன் எப்-

படி வேறுபடாமல் இருக்க முடியும்?. உலகில் உள்ள கோடான கோடி மனிதர்களின் மூளையின் வடிவமைப்பு ஒன்றுபோல இருப்பதில்லை என்கிறார்கள் ஆராய்ச்சியாளர்கள். ஒவ்வொரு மூளையும் தனித்தன்மை வாய்ந்தது.

பொய் சொல்லறத கண்டுபிடிக்கிறதுக்கு தொழில் நுட்பம் வந்துவிட்டது. உண்மையைச் சொல்ல மூளையின் எல்லாப்பாகங்களும் செயல்பட வேண்டியதில்லை. ஒருவர் பொய் சொல்கிறபோது, மூளை அதிக அளவில் பயன்படுகிறது. குறிப்பாக மூளையின் முதல்பாகம் விறுவிறுப்பாக இயங்குகிறது. பொய் சொல்வதைக் கண்டறியும் கருவியைப்பொருத்தவரை, பொய் சொல்வதை கீழ்கண்ட விதங்களில் கண்டறிகிறது. இதயத்துடிப்பு அதிகரிப்பது, வியர்வை சுரப்பது, இரத்தஓட்டம் கூடுவது. கேள்வி ஒன்று நம்மிடம் கேட்கப்பட்டவுடன், நம் மூளை உடனே அதற்கான பதிலைத் தேடும். சில விஷயங்களை சொல்லக்கூடாது என்று நம் மூளை நினைத்தால், அதன் முதல் பகுதி வேகமாக செயல்பட்டு நம்மை பொய் சொல்ல வைக்கிறது. இதனை துல்லியமாக கண்டறியலாம்.

ஒரு குழந்தைக்கு ஒரு வயது முடிந்தபின்னர் தினசரி இரண்டு, இரண்டு ஆங்கில வார்த்தைகளாகச் சொல்லி பயிற்சியளித்தார்கள். மூன்று வயதாகும்போது அக்குழந்தையை பள்ளியில் சேர்க்கிறார்கள் என்று வைத்துக் கொள்வோம். இன்னொரு குழந்தை எந்தப் பயிற்சியும் இல்லாமல் வருகிறது. இரண்டும் ஒரே வகுப்பில் அடுத்தடுத்து அமர்கிறது. பார்த்தால் இரண்டுமே ஒரே மாதிரித்தான் இருக்கும். இரண்டுக்கும் ஒரே வித்தியாசம். ஒரு மூளை பயிற்சி பெற்றது. மற்றது பயிற்சி பெறாதது. எனவே உலகில் பயிற்சி பெற்ற மூளை, பயிற்சி பெறாத மூளை என்று இரண்டே வேறுபாடுகள் தான் உள்ளன.

நம் மூளையில் உள்ள கோடான கோடி செல்கள் தாமாகவே ஒன்றுக்கொன்று தொடர்புகொண்டு நமது சிந்தனைகளை அதிகரிக்க உதவுகிறது. நாம் சிந்திக்கும் போது செல்களின் அளவு அதிகரிக்கிறது. சிந்திக்காமல் இருக்கும் போது செல்கள் அழிந்துவிடுகிறது.

அடுத்த அத்தியாயம் செல்லும் முன், refresh செய்துகொள்வோம்.

ஒரு நாள் நம்ம மிஸ்டர் எக்ஸ் கண்ணை மூடிக்கொண்டு கண்ணாடி முன்பு நின்றுகொண்டிருந்தார்.

அவரைப்பார்த்து அவர் மனைவி " கண்ணாடி முன்னே கண்ண மூடிட்டு என்ன செய்றீங்க" என்று கேட்க, நம்ம மிஸ்டர் எக்ஸ் " நான் தூங்கறப்ப எப்படி இருப்பேன்னு பாத்துகிட்டிருக்கேன்" என்று பதிலளித்தார்!!!

2

எதை சொன்னாலும் நம்பிவிடும் ஆழ்மனம்

நாம் சில சிக்கலான பிரச்சனைகளுக்கு சட்டெனத் தீர்வு காண்பதற்கு காரணம் நம் ஆழ்-மனம். கவனத்தோடு சிந்தித்துச் செயல்படும் போது மட்டுமே நாம் மேல்மன ஆதிக்கத்தில் இருக்கிறோம்.

எலுமிச்சைப் பழத்துண்டுகளை கையில் எடுத்து நாக்கில் சாரைப் பிழிந்துவிடுவதாக கற்-பனையாக நினையுங்கள் போதும். நீங்கள் இதனைப் படிக்கும்போதே உங்கள் நாக்கில் எச்-சில் ஊறியிருக்கும்.

ஒரு காரியத்தைச் செய்வதுபோல் நாம் கற்பனை செய்யும்போது அதை உண்மையிலேயே நிகழ்த்துவதைப் போல் நம் மனதிலுள்ள ப்ரோகிராம்களை நாம் வடிவமைத்துக் கொள்கி-றோம். ஆழ்மனம் சக்தி வாய்ந்தது. எதை விரும்புகிறோமோ அதை அடைய வழிவகை செய்து விடுகிறது.

சமீபத்தில் படித்தது.... நாடோடிக் கூட்டத்தினர், காட்டு வழியே தங்கள் விலையுயர்ந்த குதிரைகளுடன் போய்க்கொண்டிருந்தனர். இரவு நேரம் நெருங்கிவிட்டதால், கூடாரம் அமைத்துக் கொண்டு தங்க முற்பட்டார்கள். குதிரைகளைத் தரையில் கட்டுவதற்கு கழியை அடித்து கயிற்றால் கட்டிக் கொண்டு வந்த போது கடைசி குதிரைக்கு கயிறு, கழி இரண்டும் இல்லை. குதிரையைக் கட்டாமல் விட முடியாது. தொலைந்து போனால் தேடிப்பிடிப்பது இயலாத காரியம். இதைப்பார்த்துக்கொண்டிருந்த அவ்வூர்ப் பெரியவர் "சரி, கயிறு இல்-லாவிட்டால் பரவாயில்லை. அந்த குதிரைக்குப் பக்கத்தில் போய் அதைக் கட்டி வைப்பது போல் பாவனை செய்யுங்கள்" என்றார். அவர் சொன்னது போலவே பாவனை செய்து விட்-டுப் படுக்கப் போய்விட்டார்கள்.

காலையில் எழுந்ததும் முதல் வேலையாக குறிப்பிட்ட அந்த குதிரையைத் தேடிப் போனார்கள். ஆச்சரியம்! அந்த இடத்திலிருந்து நகராமல் குதிரை அங்கேயே நின்று கொண்டிருந்தது! சந்தோஷமாகக் கட்டியிருந்த குதிரைகளை அவிழ்த்துக் கொண்டு, கூடா-ரங்களையும் கழற்றிக் கொண்டு புறப்படத் தயாரானபோது மறுபடியும் பிரச்சினை.

கட்டப்பட்டதாக பாவ்லா காட்டப்பட்ட குதிரை நகர மறுத்தது. அடித்தாலும் உதைத்-தாலும், தள்ளினாலும் அங்கேயே நின்றது. மறுபடியும் அதே பெரியவரிடம் போனார்கள் "அதை அவிழ்த்து விட்டீர்களா இல்லையா?" என்று கேட்டார் "அதைத்தான் கட்டவே இல்லையே?" என்றார்கள். "கட்டினது மாதிரி பாவனைதானே காட்டச் சொன்னீர்கள். அதைத்தான் செய்தோம்". "அப்போ அவிழ்த்த மாதிரி பாவனை செய்யுங்கள்". "ஏன்? நாங்கள்தான் கட்டவே இல்லையே?" "சொன்னதைச் செய்யுங்கள்" அவிழ்த்த மாதிரி பாவனை செய்ததும் குதிரை நடக்க ஆரம்பித்தது. இந்தக் குதிரைப்போலத்தான் நம் ஆழ்-மனமும் எதை சொன்னாலும், செய்தாலும் அதை அப்படியே நம்பிவிடும்.

நமது உடலின் செல்களில் உள்ள டி.என்.ஏ.யில் நம் உடல் அமைப்பைப் பற்றி வரைபடம் உள்ளது. அது போல நமது உள்ளத்தின் ஆழத்தில் ஒரு வரைபடம் பதிவுசெய்யப் பட்-டுள்ளது. அந்த பதிவுகளில் மாற்றம் செய்யும்போது அதற்கு ஏற்ப நமது வாழ்வில் மாற்றம் ஏற்படும்.

மனதில் உள்ள கவலைகள், அச்சங்கள், துன்பங்கள், ஆத்திரங்கள் போராட்டங்கள் இவையெல்லாம் நாளடைவில் உடலில் பல்வேறு வகை நோய்களாக வெளிப்படத் தொடங்-குகின்றன.

சமீபத்திலே மனதைப் பற்றி ஆராய்ச்சி செய்த அறிஞர்கள், மனிதர்கள் சராசரியாக ஒரு நாளைக்கு கிட்டத்தட்ட ஐம்பதாயிரம் எண்ணங்களுக்கும் அதிகமாக எண்ணுகிறார்கள். அதில் கிட்டத்தட்ட நாற்பதாயிரம் எண்ணங்கள் எதிர்மறை எண்ணங்களாக இருக்கின்றன என்று கூறுகிறார்கள்.

சமீபத்தில் படித்தது... அது ஒரு இரவுநேரம். அருகில் ஒரு மடாலயம். மடத்தின் கதவைத்தட்டினான் அந்த இளைஞன். கதவைத் திறந்த துறவியிடம், 'நள்ளிரவில் பயணம் செய்ய முடியவில்லை. இன்றிரவு இங்கு தங்குவதற்கு அனுமதிகிடைக்குமா?'என்றான். துற-வியும், பெருந்தன்மையுடன் அனுமதித்தார். அவனும் மிகுந்த களைப்போடு உறங்கப் போகும் பொழுது, ஒரு விசித்திரமான ஒலியை கேட்டான். இதற்கு முன் கேட்டிராத அந்த ஒலி அவனை மிகவும் பரவசப்படுத்தியது. மறுநாள் காலை துறவிகளிடம் 'அந்த

பற்றி விசாரித்தான். அதற்கு ஒரு துறவி, ' அந்த ஒலியைப் பற்றி உனக்கு எதுவும் சொல்ல முடியாது. ஏனென்றால் நீ ஒரு துறவி அல்ல.

அவன், 'சரி! நான் துறவியானால்தான் அந்த ரகசிய ஒலியைப் பற்றி அறிந்து கொள்ள முடியும் என்றால்... நான் எவ்வாறு துறவி ஆக முடியும்?. அதற்கு

துறவியும் பதிலளித்தார்.'.சில வருடங்களுக்கு பின், அவன் மறுபடியும் அந்த மடத்தின் கதவைத்தட்டினான்.

மூத்த துறவி,' நல்லது, நீ இப்பொழுது துறவி ஆகிவிட்டாய். இப்பொழுது அந்த வினோத ஒலியின்இரகசியத்தைகாணலாம்'

மூத்த துறவி, அங்கிருந்த கதவை காட்டி, 'அந்த இரகசியம் இதற்கு பின்னால் இருக்கிறது' என்று, அதன் திறவுகோலை அவனிடம் தந்தார். கதவை திறந்தவுடன், அதனுள், பல நிற கற்களினாலான கதவு. மிகுந்த ஆர்வத்துடன் ஒவ்வொன்றாக திறந்து உள்ளே போய்கொண்-டிருந்தான். இறுதியாக துறவி சொன்னார், 'இதுதான் இறுதி கதவிற்கான திறவுகோல்.'

அவனும் மிகுந்த ஆர்வத்துடன் அந்த கதவைத் திறந்தான். உள்ளே, அவன் கண்ட காட்சி. இதற்குமுன் அவன் அனுபவித்து அறியாத ஓர் உன்னத உணர்வு. மெய் மறந்து நின்றான், அந்த வினோத ஒலியின் இரகசியத்தை கண்டான். இதை படித்துக்கொண்டிருக்கும் உங்களுக்கு ஒரு வேண்டுகோள். இதற்குமேல் படிப்பதை நிறுத்திவிட்டு நாளை மீண்டும் தொடருங்கள். செய்வீர்கள்தானே?. ஆனால் உங்கள் உள் மனம் ஒரு போதும் இதற்கு ஒத்துக்கொள்ளாது. அந்த ரகசியத்தை இப்போதே தெரிந்துக்கொள்ள முயலும்.

நீங்கள் முயற்சி செய்து உங்கள் வழிக்கு சென்றுவிட்டால் அவ்வளவுத்தான். நீங்கள் எந்த வேலை செய்தாலும் அந்த ரகசியம் என்னவாக இருக்கும் என்று உங்களுக்கு தெரியாமலயே, உள்மனம் ஆராய்ச்சியில் ஈடுபட்டிருக்கும் ஆனால், நான் அது என்னவென்று உங்களுக்கு சொல்லமுடியாது.. ஏனென்றால், நீங்களும் ஒரு துறவி அல்ல!.

மறுபடியும் ஆழ்மனதிற்கே வருவோம். ஆழ்மனம் அதிகளவில் விஷயங்களைத் தன்னுள் வைத்துள்ளது. நல்ல இரவு உறக்கத்திற்குப் பிறகு, நாம் தேடிய விஷயங்கள் நினைவுக்கு வருகிறது. விதைக்குள் அடங்கி இருக்கும் சக்திபோல் நமது மனதுக்குள் ஆற்றல் மறைந்துக்கிடக்கிறது. எண்ணங்கள் மூலம் மனதில் புதைந்துக்கிடக்கும் அதிசய ஆற்றல்களை வெளிக்கொணரலாம். மனதை ஒருநிலைப்படுத்துவதன் மூலம் ஆரோக்கியமான, சக்தி வாய்ந்த மூளையைப் பெற்றுக்கொள்ள முடியும்.

நமக்கு என்ன வேண்டும் என்பதை உள்மனத்தில் பதிவு செய்துவிட்டால் போதும் அந்த விருப்பத்தை நிறைவேற்றுவது அதன் வேலை. கடந்த காலத்தில் நாம் எண்ணியிருக்கக்கூடிய எல்லா எண்ணங்களும்தான் நம்முடைய தலைவிதியை நிர்ணயிக்கிறது. நாம் என்ன கட்டளை இட்டாலும் அதை நம் உள் மனம் அப்படியே ஏற்றுக்கொள்ளும். குறிக்கோளை அடைகின்ற சக்தி உள் மனதிற்கு உண்டு என்கிறார்கள் ஆராய்ச்சியாளர்கள்.

தன்னுடைய துதிக்கையால் பெரிய மரத்தையே தூக்கிச்செல்லும் வலுவான யானையை ஒரு சின்ன கயிற்றால் ஒரே இடத்தில் நிற்குமாறு பழக்க என்ன செய்வார்கள் தெரியுமா?. குட்டியாக இருக்கும்போது அதை ஒரு சின்ன சங்கிலியால் கட்டிபோடுகிறார்கள், குட்டியானையோ, கட்டிப்போட்டு பழக்கம் இல்லாததால் சங்கிலியை இழுத்துக்கொண்டு தப்ப முயற்சித்து தோல்வியை அடைந்து, தன் செயல்ளை நிறுத்திக்கொண்டு அசையாது நின்று பழகிக்கொள்கிறது. அது வலுவான பெரிய யானை ஆனவுடன் அந்த சின்ன சங்கிலியை இழுத்து ஓடிவிடமுடியும். தன்னால் முடியாது என்ற எண்ணத்தினால் அது முயற்சியின்றி அசையாமல் நின்று பழகிக்கொள்கிறது.

கிளி ஜோஸ்யம் பார்த்திருக்கிறீர்களோ இல்லையோ, அந்தக் கிளியை எல்லோருக்கும் தெரியும். அடைபட்டுள்ள கூட்டிலிருந்து வெளியே வந்தால் கூட அந்தக் கிளிக்குத் தப்பிப் பிழைத்துப் பறந்துபோகத் தோன்றுவதேயில்லை. தன்னால் முடியாது என்ற எண்ணத்தினால் அது முயற்சியின்றி பழக்கப்பட்டுவிட்டது.

கிரேக்கத்தின் மிகப் பெரிய பேச்சாளனான டெமாஸ்தனிஸிக்கு சிறு வயதில் தெற்றுவாய். எங்காவது கூட்டத்தைக் கலைக்கவேண்டுமானால் அவனை பேச அழையுங்கள் என்று கேலியாகக் குறிப்பிடுவார்களாம். அவமானத்துக்கு ஆளான டெமாஸ்தனிஸ் சோர்ந்து விடவில்லை. இரவு நேரங்களில் கடற்கரைக்குச் சென்றான். ஆர்ப்பரிக்கும் அலைகளையே மக்கள் கூட்டமாகக் கருதிக்கொண்டு அவைகளை நோக்கி உரத்துப் பேசினான். தொடர்ந்து

இந்த பயிற்சியைச் செய்து கொண்டேயிருந்தான். கூட்டத்தைக் கலைக்கவேண்டுமானால் அவனை பேச அழையுங்கள் என்று கேலி பேசிய அதே மக்கள் 'கூட்டத்தைக் கூட்டவேண்-டுமா? கூப்பிடுங்கள் டெமாஸ்தனிஸை!' என்று போற்றி அழைக்கும் அளவுக்குச் சிறந்த பேச்சாளனாகினான்.

ஆக்கச்சொற்களை திரும்பத் திரும்பச் சொல்லி உள்ளத்தில் பதியவைத்தால் அப்பதிவு நம் உள்ளத்திலும் உடலிலும் மிகப்பெரும் மாற்றத்தை தோற்றுவித்து விடும். நம்பிக்கை உடலோடும், உள்ளத்தோடும், உணர்வோடும் கலந்து விடும். ஆக்கச்சொற்களை திரும்பத் திரும்பச் சொல்லச் சொல்ல, நம் ஆழ்மனதில் இருந்த எதிர்மறைப் பதிவுகள் மறைந்து-கொண்டே வருகின்றன. மறைந்த இடத்தில் ஆக்கப்பதிவுகள் படிந்து விடும்.

மாட்டு வண்டிகளில் தொடர்ந்து ஒரே இடங்களுக்கு சென்று வருபவர்கள், போக வேண்-டிய திசையில் வண்டியைத் திருப்பிவிட்டு வண்டியிலேயே படுத்துத் தூங்கிவிடுவார்கள். பழக்-கப்பட்ட மாடுகள், போக வேண்டிய இடங்களுக்கு சரியாகப் போய்விடும். அதுபோலத்தான் நமது ஆழ்மனமும். இலட்சியத்தை அதில் ஆழமாகப் பதித்து விட்டால், அது தானியங்கி முறையில் செயல்படுத்த ஆரம்பித்துவிடும்.

மனதைப் பற்றிய முக்கியமான விதி "முடியும்" என்று நினைத்தால் முடிப்பதற்குத் தேவையான எல்லாவற்றையும் அதுவே ஈர்த்துக்கொள்ளும்.

மனம் சோர்வடைந்தால் உடலும் சோர்வாகி விடும். ஏ.சி தியேட்டரில், ஒரு ஆங்கிலப் படம், வறண்ட பாலைவனத்தை தத்ரூபமாக எடுத்துக் காட்டியது. அப் படத்தின் இடைவே-ளையில் குளிர்பானங்கள் வாங்கிப் பருகியவர்களின் எண்ணிக்கை அதிகமாக இருந்ததாம். ஏ.சி தியேட்டரில் அனைவருக்கும் தாகம் எடுக்க வாய்ப்பில்லை. ஆனால் அந்தப் படம் வறட்சியை அவ்வளவு தத்ரூபமாக எடுத்துக்காட்டியது. படம் பார்த்தவர்கள் மன அளவில் அந்த பாலைவனத்துக்கே சென்றுவிட்டார்கள்.

பேய் பிசாசு மேல சிலருக்கு நம்பிக்கை அதிகம். சிலர் ஆவியை கூப்பிட்டு பேசுவார்கள். இறந்துப்போன அரசியல் தலைவர்கள், இவர்கள் கூப்பிட்டவுடன் வருவார்கள். உயிரோடு இருக்கும் பொழுது யாருக்கும் பதில் சொல்லாதவர்கள் எல்லாம், இவர்களின் வழியாக கேட்ட கேள்விகளுக்கெல்லாம் பதில் சொல்வார்கள். எதிர்காலம் பற்றியெல்லாம் ஆவிகள் பலன் சொல்லும். ஆனால் ஆவிகளிடம் ஜன்ஸ்டனின் ரிலேடிவிட்டி தியரி பற்றி கேட்டுப்-பாருங்கள், ஆவி உடனே மலையேறிவிடும்.

ஒரு நாளிரவு நீங்கள் தனியாக இருக்கிறீர்கள். வீடியோவில் பயங்கர பேய் படம் பார்த்து முடித்திருக்கிறீர்கள். அப்போது உங்கள் வீட்டு கதவு தட்டப்படுகிறது. போய் பார்த்தால் யாரு-மில்லை. வியர்த்து போய் சன்னல் வழியாக பார்த்தால், பக்கத்து வீட்டில் கதவு திறந்து ஒருவர் உள்ளே செல்கிறார். பக்கத்து வீட்டுக் கதவு தட்டப்பட்டதை நீங்கள் உங்கள் வீட்டு கதவு தட்டப்பட்டது என நினைத்திருக்கிறீர்கள். இப்போது பேய் பிசாசு எதுவும் இல்லை என்பது நிரூபணமாகிவிட்டது. ஆனால் உங்கள் இதய துடிப்பு அதிகமானது, வியர்த்தது, படபடப்பு எல்லாம் உண்மை. அதாவது ஒரு பொய்யை நம்பி உங்கள் உடம்பு பாதிக்கப்-பட்டது. உண்மை என்ன என்று தெரிவதற்குமுன் அந்த பொய்தான் உங்கள் மனம் நம்பிய உண்மை. அந்த விளைவுகள்தான் வியர்வை, படபடப்பு, வேகமான இதயதுடிப்பு .

பேய்-பிசாசு சம்பந்தப்பட்ட கதைகள யாராவது சொல்லி கேட்கும்போது, "அட இதெல்-லாம் சும்மா உடான்சுப்பா. இதுக்கெல்லாம் பயந்துக்கிட்டு இருக்கக்கூடாது," அப்படீன்னு ரொம்ப தைரியமா பேசிட்டு, அர்த்த ராத்திரியில ஆள் நடமாட்டமில்லாத ஒரு சாலையில நடந்துபோகும்போது, இருட்டில் கயிறு ஒன்றை பாம்பென்று நினைத்து மிதித்துவிட்ட பயத்-தில் இரண்டு நாள் காய்ச்சல் வந்து கிடந்தால், அதற்கு காரணம் ஒரு பொய்யை உண்மை என்று நம்பிய, உள் மனதின் விளைவுதான்.

ஒரு நோயாளி என்னதான் சிகிச்சை எடுத்துக்கொண்டாலும், தனது உடல்நலம் விரை-வில் தேறிவிடும் என்று நினைத்தால், அவரின் அந்த எண்ணம், அவர் குணமடைவதில் குறிப்பிட்ட பங்கை வகிக்கிறது. அதேசமயம், ஒரு நோயாளி, தான் எளிதாக குணமடையப் போவதில்லை, எல்லாம் முடிந்தது, இனி ஒன்றுமில்லை என்று நினைத்தால் அவரின் முடி-வுக்கு அந்த எதிர்மறை எண்ணமும் ஒரு முக்கிய காரணமாகிறது.

திபெத்தில் தியானப் பயிற்சிகளில் ஈடுபடுகிறவர்களுக்கு ஒரு 'டெஸ்ட்' உண்டாம். ஐஸ் தண்ணீரில் தோய்த்தெடுத்த துணியை பயிற்சியாளர்களின் உடம்பில் போர்த்துவார்களாம். அவர்கள் தம் உடம்பின் சூட்டை அதிகரித்து அந்த துணியை உலர்த்த வேண்டுமாம். யார் அதிகமான துணிகளை உலர்த்தி இருக்கிறாரோ அவரே வெற்றி பெற்றவராம். அந்த துறவி-கள் மனதால் வெப்பத்தை உருவாக்கினார்கள். பின் அதையே உடம்புக்கும் அனுப்பினார்கள். தங்களது ஒருமுகப்படுத்தப்பட்ட எண்ணத்தால் தம் உடம்புகளை நிறைத்தார்கள். அதுவும் இமயமலையின் கடுமையான குளிர்ச் சாரலில்.

ஹிப்னாடிசம் செய்து ஏர்கண்டிசன் அறையில் இருக்கும் ஒருவரிடம் நீங்கள் கடுமையான பாலைவனத்தில் இருப்பதாக சொன்னால் அவருக்கு உடனடியாக வியர்த்துவிடும். அந்த அளவுக்கு மனதின் ஆதிக்கம் நம் உடலை கட்டுப்படுத்துகிறது.

நாம் எதை நம்ப வேண்டுமோ அதை தற்போதைக்கு நம்பினாலும் நம்பாவிட்டாலும் திரும்பத் திரும்ப சொல்லவேண்டும். இப்படி திரும்பத் திரும்ப எதைச்சொல்கிறோமோ அது நமது ஆழ்மனதில் ஆழப்பதிந்துவிடுகிறது. அதற்கு ரொம்ப சக்தி உண்டு. இதற்கு 'ஆட்டோ ஹிப்னாடிஸம்' அல்லது ஆட்டோ சஜஷன்' என்று பெயர். அதாவது நம்மை நாமே ஹிப்-னாடிஸம் செய்து கொள்வது.

டி.வியில் வரும் ஒரு விளம்பரத்தில், ஒரு இளைஞன் பைக்கில் வந்து, ஒரு இடத்தில் நிறுத்தி குறிப்பிட்ட பிராண்டு கூல் டிரிங்க்ஸ் அருந்துவதுபோல ஒரு விளம்பரம். விளம்பரம் என்றாலும் இது சப்தம் போடாமல் ஒரு பயங்கரமான வேலையைச் செய்கிறது. என்றாவது ஒரு நாள் நாமும் நம்மையும் அறியாமல் பைக்கில் செல்லும்போது, இப்போது அந்த பிராண்டு கூல் டிரிங்க்ஸ் குடித்தால் எப்படி இருக்கும் என்று தோன்றும். இதுதான் விளம்ப-ரத்தின் வெற்றி. ஒன்றுமே பேசாமல் ஒரு எண்ணத்தை உங்களுக்குள்ளே விதைத்து விட்டது. இதுதான் மாஸ் ஹிப்னாடிஸம்.

ஆழ்மனம் சொல்வதையெல்லாம் ஏற்றுக்கொள்ளும். ஆழ்மனதுக்கு தேவையானவை-களை நீங்கள் போட்டுக்கொண்டே இருக்க வேண்டும். இல்லையெனில் உங்களுக்கு தேவை-யில்லாததை, அதுவே போட்டுக்கொள்ளும்.

இப்போது அமைதியாக இருங்கள்.. கண்களை மூடிக்கொள்ளுங்கள். எல்லோரும், தயவு

செய்து கங்காருவை நினைக்காதீர்கள்... யாரும்.. கங்காருவை நினைக்காதீர்கள்... சொன்னா கேளுங்க.. கங்காருவை நினைக்காதீர்கள்!!!!!

என்ன ஆச்சு? கங்காருவை நினைக்காதீர்கள்... என்று சொன்னதும்.. முதலில் உங்கள் மனக்கண்ணில் தோன்றியது என்ன? கங்காரு தானே... உண்மையா?

ஆஸ்திரேலியாவில் காட்டுக்குள் குட்டியைத்தூக்கிக்கொண்டு ஓடும் கங்காரு உங்கள் மனக்-கண்ணில் தோன்றியது உண்மைதானே! கங்காருவை பற்றி, நீங்கள் அறிந்த தகவல்கள் அனைத்தும் வீடியோ காட்சிகளாக மனதில் ஓட ஆரம்பிக்கும்.

வார்த்தைகளை காட்டிலும் அதிகமாக ஆழ்மனதை எட்ட வல்லது காட்சிகள். அந்தக் காட்சிகள் நிஜமாக நடப்பவைகளாகக் கூட இருக்க வேண்டியதில்லை. அவை கற்பனையாக இருந்தாலும் கூட, அந்தக் கற்பனைக் காட்சிகளையே நிஜமாக ஆழ்மனம் எடுத்துக் கொண்டு விடும். ஆழ்மனதில் சொற்களாகவும், காட்சிகளாகவும் நாம் அனுப்பிப் பதிய வைக்கும் விஷயங்கள் தொடர்ந்து எண்ணும் போது சக்தி வாய்ந்தவையாக மாறுகின்றன. எந்த எண்ணத்தை திரும்பத் திரும்ப கொடுக்கிறோமோ அதை ஆழ்மனக்கட்டளையாக மாற்றிக்கொள்ளும்.

ஒவ்வொரு மனிதனும் அவனது ஆழ்மனத்தில் அவனைப் பற்றிய சில வரையறைகள் உருவாக்கி இருக்கிறான். அதை தாண்டி அவன் அதற்கு மேலே செல்வதில்லை. மனிதனது அங்கீகாரம், பொலிவான தோற்றம், உடல்நலம் யாவும் அந்த தன்மதிப்பை பொறுத்து அமைகிறது. இதை திருக்குறள் அழகாக எடுத்துரைக்கிறது.

'வெள்ளத் தனைய மலர்நீட்டம் மாந்தர்தம் உள்ளத் தனையது உயர்வு'

தண்ணீரின் அளவுதான் அதில் மலர்ந்துள்ள தாமரைத் தண்டின் அளவும் இருக்கும். அதுபோல மனிதரின் வாழ்க்கையின் உயர்வு அவர் மனத்தில் கொண்டுள்ள தன்மதிப்பை பொறுத்து அமைகிறது.

சமீபத்தில் படித்தது, ஜூலியஸ் சீசர் என்ற ஆங்கிலப் படத்தில் புகழ்பெற்ற ஹாலிவுட் நடிகையான எலிசபெத் டெய்லர் கிளியோபாட்ராவாக நடித்தார். அப்போது அவருக்கு பல லட்சம்மதிப்புள்ள அணிகலன்கள் அணிவிக்கப்பட்டன. அப்போது சிலர் படத்தின் இயக்கு-நரிடம் ஏன் இத்தனை நகைகள், அவைகளின் மதிப்பு பார்க்கும் ரசிகர்களுக்கு புரியவா போகிறது என்றார்களாம். அப்போது இயக்குநர். 'பார்க்கும் ரசிகர்களுக்கு அதன் மதிப்பு தெரியாவிட்டால் பரவாயில்லை. ஆனால் கிளியோபாட்ராவாக நடிக்கும் எலிசபெத்டெய்ல-ருக்கு அதன் மதிப்பு தெரியுமல்லவா? அதன் மூலம் அந்த பாத்திரத்தின்மிகப்பெரிய மதிப்பு அவருக்கு புரியுமல்லவா? அப்படி கிளியோபாட்ராவின் அளவிலா பெருமையை மனப்பூர்-வமாக உணர்ந்து கொண்டால் அதற்கு ஏற்ப தன் நடிப்பை கம்பீரமாக வெளிப்படுத்துவார் அல்லவா?' என்றாராம்.

நமக்கு ஏற்பட்ட பிரச்னைக்கோ, கேள்விக்கோ சம்பந்தப்பட்ட அத்தனை தகவல்களையும் ஆழ்ந்து யோசித்து விட்டு, உறங்க ஆரம்பித்தவுடன், விழித்திருக்கும் ஆழ்மனம், தான் சேக-ரித்து வைத்திருக்கும் பல்லாயிரம் தகவல்களை பல விதங்களில் நேர்த்தியாக அலசி, மிகச் சிறந்த ஒரு தீர்வையோ, பதிலையோ மறு நாள் நமக்கு தந்து விடும். இரவு, உறங்கப்

போகும் நேரத்திற்கு முன் ஓரிரு மணி நேரம் ஆழ்மனம் சம்பந்தப்பட்ட மிக முக்கியமான நேரம். இந்த நேரத்தில் அதிகமாக நாம் எண்ணும் எண்ணங்களே பெரும்பாலும் நம் உறக்கத்தில் ஆழ்மனதால் அதிகம் அலசப்படுகின்றன.

நாம் ஆக்கச்சொற்களை திரும்பத் திரும்பச் சொல்லி உள்ளத்தில் பதியவைத்தால், அப்பதிவு நம் உடலிலும் உள்ளத்திலும் மிகப்பெரும் மாற்றத்தைத் தோற்றுவித்து விடும். என்னால் எதுவும் முடியும், நான் நினைப்பதெல்லாம் நடக்கும், நான் கேட்பது எல்லாம் கிடைக்கும் என்னும் நம்பிக்கை உடலோடும், உள்ளத்தோடும், உணர்வோடும் கலந்து விடும்.

மேல்மனம் அனுப்பும் தகவல்கள் தொடர்ந்து பயம், கவலை, தாழ்வு மனப்பான்மை கொண்ட எண்ணங்களாக இருந்தால் அவை பலப்பட்டு அப்படியே பதிவாகி அதை மெய்ப்பிக்கும் நிகழ்வுகளாக உங்கள் வாழ்வில் கண்டிப்பாக வரும்.

தைரியம், தன்னம்பிக்கை, உற்சாகம் போன்ற தகவல்களாக மேல்மனம் உள்ளே தொடர்ந்து அனுப்பினால் அதுவும் அப்படியே உங்கள் நிஜ வாழ்வில் பிரதிபலிக்கும் என்பது உறுதி.

அடுத்த அத்தியாயம் செல்லும்முன், மூளையை refresh செய்துகொள்வோம்..

ஒரு நாள் நம்ம மிஸ்டர் எக்ஸ் , சின்னதா ஒரு டிவி வாங்கனும்ன்னு ஆசை பட்டு, எலக்ட்ரானிக்ஸ் கடைக்கு போயிருக்கார். கடைகாரனைப் கூப்பிட்டு ஒரு சின்ன டிவியை கான்பிச்சு கேட்டார். "இந்த டிவி என்ன விலை?"

கடைகாரன் மிஸ்டர் எக்ஸ்யை ஏற இறங்க பார்த்துட்டு சொன்னான் "இந்த கடையில டிவி விக்கறதில்லை..."

எப்படியும் இந்த டிவியை வாங்கிடனும்னு, விட்டுக்கு போய் தன்னோட கெட்அப் மாதிக்கிட்டு வந்து கடைகாரனைப் பார்த்து கேட்டார், "இந்த டிவி என்ன விலை?"

"இந்த கடையில டிவி விக்கறதில்லை..." மறுபடியும் அதையே கடைகாரன் சொல்ல, டென்ஷனான நம்ம மிஸ்டர் எக்ஸ்க்கு என்ன செய்யதுன்னு தெரியலை. நம்ம தலை பாகை தான் இவனுக்கு காட்டிகுடுக்குதுன்னு நினைச்சு, அடுத்த முறை போகும் போது, தலைபாகை கூட இல்லாம, ஒட்டு மொத்த கெட்அப்பும் மாத்திக்கிட்டு கடைக்கு போய் கேட்டார், "இந்த டிவி என்ன விலை?"

"ஒரு தடவை சொன்னா புரியாது? இந்த கடையில டிவி விக்கறதில்லை..."

நம்ம மிஸ்டர் எக்ஸ் பொருக்க முடியலை, கடைகாரன்கிட்ட பரிதாபமா கேட்டார்,

"டிவி குடுக்கலைன்னா பரவாயில்லை, அட்லீஸ்ட், நான்தான்னு எப்படி கண்டுபிடிச்சே சொல்லு?"

கடைகாரன் சிரிச்சிக்கிட்டே சொன்னான், "இது டிவி இல்லை, மைக்ரோஓவன் அதான்"

3

எண்ணங்களை மாற்றுவது எப்படி?

விஞ்ஞானத்தின் மூலம் மனம் என்ற சாப்ட்வேரை எவ்வாறு மாற்றியமைக்கிறார்கள் என்பதை பார்க்கலாம் . ஹிப்னாடிசம் போன்ற மனோவசிய கலையின் மூலம் நம் ஆழ்மனதில் உள்-ளவற்றை கண்டுபிடிக்கிறார்கள்.

அதிகமான வெளிச்சத்தை பார்க்கச் செய்தோ, அதிகமான ஓசையை உண்டாக்கி அதை கேட்கச் செய்தோ, தற்காலிகமாக தூக்கத்தை உண்டுபண்ணுகிறார்கள். ஒழுங்கற்ற ஓசை-யைத் தொடர்ந்து கேட்பதால், பேரொளியைத் தொடர்ந்து பார்ப்பதால் நாம் களைப்புற்று உறங்கும்போது, நம்மிடம் பல கேள்விகளைக் கேட்டு, நம் ஆழ்மனதில் ஒளிந்துகிடக்கும் அனுபவ நிகழ்சிகளை தெரிந்துக்கொள்வதே ஹிப்னாடிசம் என்னும் கலையாகும்.

நமக்கே தெரியாமல் பல அனுபவங்கள் நம் ஆழ்மனதுக்குள் பதிவாகிவிடுகின்றன. இது சில சமயங்களில் கனவுகளாக வெளிப்படுகிறது. புலன்களை களைப்புறச்செய்து, மனதை மட்டும் விழிப்புற செய்து ஹிப்னாடிசம்மூலம், ஆழ்மனதில் பதிவாகியுள்ளவற்றை கண்டுப்பி-டிப்பது மட்டுமல்லாமல், எண்ணங்களைத் திருத்தி அமைக்கவும் முடியும்.

எனவே நல்ல எண்ணங்களை, நல்ல நிகழ்சிகளை எவ்வளவுக்கெவ்வளவு நாம் இன்றைய வளரும் தலைமுறையினரின் மனதில் விளைவிக்கிறோமோ அவ்வளவுக்கவளவு பயன்களை நாம் எதிர்காலத்தில் பெறலாம்.

நல்ல எண்ணங்கள், நம் மனதில் பல மாற்றங்களை உண்டுபண்ணி, உருவாகியுள்ள மனம் என்ற சாப்டுவேரை திருத்தி அமைத்து, நம் நடத்தைகளை மாற்றி அமைக்கிறது என்பது முற்றிலும் உண்மையாகும். மனம் என்ற சாப்டுவேரை நல்லபடியாக உருவாக்கவே சிறுவயதில வீரத்தையும், நீதியையும் விளக்கும் கதைகளை நமக்குசொல்கிறார்கள். ஹரிச் சந்திரன் கதையை கேட்டு வளர்ந்த ஒரு குழந்தை ஒரு தேசத்திற்கே வழிகாட்டிய மகாத்மா காந்தியாக தலைமை தாங்க முடிந்தது.

ராமாயண, மஹாபாரதக் கதைகளைக் கேட்டு வளர்ந்த குழந்தை, சிவாஜியாக ஒரு சாம்ரா-ஜ்யத்தை வழிநடத்த முடிந்தது.

நம்மனம் என்ற சாப்டுவேரை மாற்றி அமைக்கும் எளிய வழி தியானம் ஒன்றேயாகும். தியானம் என்றதும் கடவுள், மதம் என்று கற்பனை செய்யாமல் மனதை ஒருநிலைப்படுத்-துவதே தியானம் என புரிந்துக்கொண்டு, அதில் ஈடுபட வேண்டும். முதலில் நம் மனதில் பதிவாகியுள்ள எண்ணங்களை கண்டுகொள்ளவேண்டும். மனதை கட்டுப்படுத்தாது, தோன்-றும் எண்ணங்களை கூர்ந்து கவனித்தால், பதிவாகியுள்ள எண்ணத்தொகுப்பை ஓரளவுக்கு அறிந்துகொள்ளலாம். நாம் இதுவரை செய்த செயல்கள் அனைத்தையும், அதனால் ஏற்பட்ட விளைவுகளையும் ஆராய்ந்தோமானால் நம் மனதில் உள்ள சாப்டுவேரை என்னவென்று அறிந்துகொள்ளலாம்.

தியானத்தின் மூலம் மனதை, அதாவது எண்ணங்களை மாற்றுவது எப்படி என்று ஆராய்வோம். மனம் என்ற சாப்டுவேரை மாற்றி அமைக்க முதலில் மனதை ஓய்வு நிலைக்-குக் கொண்டுசெல்ல வேண்டும். தியானத்தின் மூலம் மனதை ஒருமுகப்படுத்தி நம் கட்டுப்-பாட்டுக்குள் கொண்டுவர வேண்டும். இப்போது நாம சொல்வதை கேட்டுக்கொள்ள மனம் தயாரனதாக இருக்கும். முதுகுத்தண்டு, கழுத்து, தலை இவைகளை ஒரே நேர்கோட்டில் வைத்து, அமர்ந்த நிலையில் கண்களை லேசாக மூடிய வண்ணம், மூச்சுக் காற்றை மெது-வாக உள்இழுத்து விடவும். ஒரு பத்து நிமிடம் மனம் மூச்சுக்காற்றிலே இருக்கட்டும். தினசிரி காலை, மதியம், மாலை, இரவு என்று வெறும் வயிற்றில் இப்பயிற்சியை செய்யவும்.

பழங்காலத்திலிருந்தே பலர் பல மந்திரங்களையும், சுலோகங்களையும் உருவாக்கி அதனை உச்சரித்து பலன்களை அடைந்து வந்துள்ளனர் என்பது நாம் அறிந்ததே. இந்த மந்திரங்களையும், சுலோகங்களும் எவ்வாறு நம் மனதை மாற்றும் என்பதை நாம் தெரிந்-துக்கொள்ள வேண்டும்.

தியானத்தின் மூலம் ஒருமுகப்படுத்தப்பட்ட மனம் நாம் சொல்வதை கேட்க தயாராக இருக்கும் நிலையில் நல்ல எண்ணங்களை விதைக்க வேண்டும்.

திரைப்படங்களில் வரும் வன்முறைக் காட்சிகளை நாம் பார்க்க நேரிடும்போது நம்மை அறியாமலேயே வன்முறைகள் சரியென்ற எண்ணம் நம் மனமென்னும் சாப்டுவேரில் பதிந்து-விடும் அபாயம் உள்ளது.

திரைப்படங்களில் நாட்டில் நடப்பதைத்தான் காட்டுகிறோம், அதனால் திரைப்படத்தை பார்த்து யாரும் கெட்டுப்போவதில்லை என்று சொல்கிறார்கள். ஆற்றில் தண்ணீர் ஓடுகிறது, அதே தண்ணீரை திருப்பித் திருப்பி தண்ணீர் ஓடிவரும் பகுதியிலேயே ஓடவிட்டால் வெள்ள அபாயம் வரும். அதையேத்தான் இன்று திரைப்படங்கள செய்கின்றன. நாட்டில் எங்கேயோ நடக்கும் சில தவறுகளை மேடைபோட்டு வெளிச்சத்திற்கு கொண்டுவருவதால் எல்லோரு-டைய மனதில் பாதிப்பு ஏற்படுவதை நாம் உணரமுடிகிறது.

மனம் என்ற சாப்டவேரை நல்ல முறையில் உருவாக்குவதே அனைத்து மதங்களின் குறிக்கோளாகும். பல தத்துவங்களை மனதுக்குள் பதியவைக்கவே வழிபாடுகளும், சடங்குக-ளும், மந்திரங்களும் உருவாயின. ஆனால் , காலப்போக்கில் அதன் காரணம் புரியாமலேயே பின்பற்றியதால் மூடநம்பிக்கை என பேசும் அளவுக்கு மாறிவிட்டது.

கங்கை ஆற்றில் நீராடுவதற்காக ஒருவர் வந்தார். குளித்து முடித்ததும் கங்கை நீரை எடுத்துச் செல்ல வேண்டி, கையோடு சொம்பையும் கொண்டு வந்தார்.

குளித்து முடிக்குவரை அந்தச் சொம்பைப் பாதுகாக்க மணலை ஆழமாய்த் தோண்டி சொம்பைப் புதைத்து வைத்தார். இடம் அடையாளம் தெரிய, அந்த இடத்தில் ஒரு குச்சியை நட்டு வைத்துவிட்டுக் குளிக்கச் சென்றார்.

குளித்து முடித்துவிட்டுச் சொம்பை எடுக்க வேண்டிய கரை ஏறியவருக்கு மிகப் பெரிய அதிர்ச்சி! ஏனெனில், திரும்பிய பக்கமெல்லாம் மணற்குவியல்கள்! ஒவ்வொன்றின் மீதும் குச்சி வேறு நடப்பட்டிருந்தது!

புரிந்தது இதுதான். அவருக்குப் பின்னால் குளிக்க வந்த அத்தனை பேரும், மணலைக் குவித்துக் குச்சி நடுவதை ஒரு சடங்கு! என்று நினைத்து, ஆளுக்கொரு மணற்குவியலை உருவாக்கிவிட்டுக் குளிக்கச் சென்றனர்.

புரிந்து கொள்ளாமல் பின்பற்றும் அவ்வளவும் இப்படி அர்த்தமற்ற சடங்குகளாய் மாறும். முடிவில் மூட நம்பிக்கை என்று ஒதுக்கும் நிலைக்குத் தள்ளப்படும்.

பல்லியானது சுவரில் சிறு பூச்சிகளை பிடிக்க போகும் போது எப்போதாவது அதன் பிடி- மானம் தவறும்போது, எங்கே விழுவது என்று முடிவு செய்தா விழும்? எங்கே விழுந்தாலும் பாவம் பல்லியல்லவா செத்து விடும். வீட்டுச் சுவரில் அலைந்து கொண்டு பூச்சிகளைத் தின்று வாழும் நம்மைவிட குறைந்த அறிவுள்ள பல்லியினால் நமது வாழ்க்கையில் நடக்கப் போகிற நிகழ்ச்சிகளைத் தீர்மானிக்க முடியுமா? எதிர்காலத்தில் நடக்கப்போவதை முன்கூட்- டியே குறி சொல்கிற மூடநம்பிக்கைக்குள் அந்தப் பல்லியையும் இழுத்து வந்து விட்டார்கள்.

காகிதம் கண்டறியப்படாததற்கு முன் ஓலையில் எழுதுவது என்பது பழக்கமாக இருந்தது. ஓலையை பூச்சி கரையான் அரிக்க கூடாது என்பதற்காக அதில் மஞ்சள் தடவுவது வழக்கம். மஞ்சளை ஓலையின் முனைப்பகுதியிலும் மையத்திலும் தடவுவார்களாம். மஞ்சள் தூள் ஓர் கிருமி நாசினி. ஆனால் மஞ்சள் ஏன் தடவுகிறார்கள் எனத்தெரியாமலேயே பிற்காலத்தில் ஜாதக நோட்டுக்கள், கணக்கு புத்தகங்களிலும் மஞ்சள் தடவும் பழக்கம் இருந்து வருகிறது.

ஒரு கூண்டில் நான்கு குரங்குகள் இருக்கிறது. அந்த கூண்டின் நடுவில் மேடையில் வாழைப்பழத்தை வைக்கிறார்கள் ஆராய்ச்சியாளர்கள். கூண்டிற்கு வெளியே ஒருவர் குளிர்ந்த நீருடன் நின்று கொண்டிருக்கிறார். அந்தப் பழத்தை எடுக்க குரங்குகள் முயற்சி செய்யும் பொழுதெல்லாம் குரங்குகள் மேல் குளிர்ந்த நீரைப் பாய்ச்சுகிறார்.

இப்பொழுது, ஒரு குரங்கை எடுத்துவிட்டு மற்றொரு புதிய குரங்கை கூண்டின் உள்ளே விடுகிறார்கள். அந்தக் குரங்கு பழத்தை எடுக்க முயற்சி செய்யும் பொழுது மற்ற மூன்று குரங்குகளும் அதனை பழத்திற்கு அருகே செல்லாமல் பார்த்துக் கொள்கிறது. பிறகு இரண்- டாவது குரங்கை எடுத்து விட்டு, மற்றொரு புதிய குரங்கை கூண்டின் உள்ளே விடுகிறார்- கள். இப்படியே முதலில் இருந்த நான்கு குரங்குகளும் மாற்றப்பட்டு, புது நான்கு குரங்குகள் கூண்டின் உள்ளே விடப்படுகிறது.

எந்தக் குரங்கும் பழத்தின் அருகே செல்ல முற்பட்டாலும் மற்ற குரங்குகள் அந்தப் பழத்- தினை எடுத்துச் செல்ல விடுவதில்லை. கூண்டின் உள்ளே இருக்கும் நான்கு புதிய குரங்- களும் காரணம் என்ன என்று தெரியாமலேயே பழத்தை எடுக்கவில்லை. இப்படித்தான் பல விஷயங்கள் காரணம் தெரியாமலேயே பின்பற்றப்பட்டு கேளிக்கூத்தாகிவிடுகிறது.

தனியாக இருக்கையிலும், வேலையில்லாமல் இருக்கையிலும் நமது மனக்குரங்கு பல கிளைகளில் தாவித்தாவிச் செல்லும். அவ்வாறு அக்குரங்கு தாவும் பல நினைவுக்கிளைகள்

எதிர்மறையானதாக இருக்கும். எனவே மனத்தை அலைபாய விடாமல் ஒரு நிலைப்படுத்த-வேண்டுமானால் உடலுக்கும் மனதிற்கும் வேலை கொடுத்துக்கொண்டே இருப்பது அவசியம்.

பரவலாய் கிடைக்கும் கதிரவனின் ஒளிக்கதிர்களை குவி லென்சு ஒன்றின் மூலம் ஒன்-றாக குவித்து மிகுந்த வெப்பத்தை நாம் பெறலாம். அதுப்போல் சிதறிக்கிடக்கும் ஐம்புல உணர்வுகளை ஒன்றாக மனதில் குவித்து நிலை நிறுத்தும்பொழுது பேராற்றல் கிடைக்கிறது.

வெளி மனதை அமைதிப்படுத்தி, உள் மனதை அணுகுவது ஹிப்னாடிசம். ஒரு பிரச்-சனைக்கு காரணம், எப்பவோ ஏற்பட்ட ஒரு நிகழ்ச்சியா இருக்கும். நினைவை பின்னோக்கி செலுத்தி, பிரச்சனை என்னவென்று தெரிந்து, அதற்குத் தகுந்த கட்டளைச் சொற்களைக் கொடுத்துக் கொடுத்து அந்த பிரச்சனையைத் தீர்க்கலாம். கட்டளைச் சொற்களை, வெளி மனதுக்கு கொடுத்தால் அது ஏற்காது, எனவே ஹிப்னாடிசம் முறையில் உள் மனதிற்கு பதி-யும்படி கட்டளை சொற்களைக் கொடுக்கிறார்கள்.

விளம்பரத் துறையில் ஹிப்னாடிசம் முறையைத்தான் கையாள்கிறார்கள். விளம்பரம் எப்-படி செய்கிறார்கள் என்று பார்த்தால், ஒரு கருத்தை திரும்பத் திரும்பச் சொல்கிறார்கள். இதனால் அதன் பெயர் நம் உள் மனதில் பதிகிறது. எனவே ஏதாவது ஒரு பொருள் வாங்க வேண்டுமென்றால் நமக்கு உடனே அந்த பிராண்ட் ஞாபகத்திற்கு வருவது ஒரு வகையில் பார்த்தால் ஹிப்னாடிச முறைகளிலேயே.

நாம் கையில் காபி கப்பை வைத்துக்கொண்டு டிவி பார்த்துக்கொண்டிருக்கிறோம் என்-றால், நம் கண்கள் டிவியைப் பார்க்கின்றன, ஒரு கை ரிமோட்டில் சேனலை மாற்றிக்கொண்-டிருக்கிறது, இன்னொரு கை, காபி கப்பை ஏந்திக் கொண்டிருக்கிறது, அதே வேளையில் நாம் சுவாசிக்கிறோம், நாம் குடிக்கும் காபி ஜீரணம் ஆகிக்கொண்டிருக்கிறது, இப்படி பல வேலைகள் மூளையின் எல்லாப் பகுதிகளாலும் நிகழ்ந்து கொண்டே இருக்கிறது.

மூளை, மனிதனின் செண்ட்ரல் பிராஸஸிங் யூனிட். ஐம்புலன்கள் இன்புட் சானல்கள். இந்த இன்புட்களை பிராஸஸ் செய்து ரிசல்ட் தரவேண்டியது மூளையின் வேலை. இந்த பிராஸஸ், எல்லாருக்கும் பொது. ஆனால் அவுட்புட்கள் வித்யாசமாக இருக்கின்றன, இதற்கு காரணம், இன்புட்களுக்கு மீறி ஒரு விஷயம் தேவையிருக்கிறது, அது சாஃப்ட்வேர். அது-தான் மனம்.

கணிப்பொறியின் மையப்பகுதியில் நினைவுப்பகுதி, கணக்குகளுக்கு தீர்வு காணும்பகுதி, கட்-டுப்படுத்தும் பகுதி என தனிதனியாக பிரிக்கப்பட்டிருக்கும். நமது மூளையில் ஒவ்வொரு பகுதியும் ஒவ்வொரு செயலை செய்வதுப்போல் கணிப்பொறியும் அதனுள் அடங்கியுள்ள மின்அணுக் கருவிகளின் செயலுக்குத் தக்கவாரு இயங்குகிறது.

ஒருகணிப்பொறிக்கு மின்சார இணைப்புக்கொடுத்தவுடன் அது எனக்கு ஒன்றும் தெரி-யாது, ஏதாவது சொல்லிக்கொடுங்கள் என்று தெரிவிக்கும். அதாவது தற்போதுள்ள நிலையில் கணிப்பொறிக்கு எந்தவொரு கட்டளையைப் பிறப்பித்தாலும், அதைப்புரிந்துக்கொள்ள அதற்கு தெரியாது. இந்த நிலையில் கணிப்பொறியை எந்த மொழியும் கற்றிராத ஒரு குழந்-தையுடன் ஒப்பிடலாம்.

ஒன்றுமே அறியாத கணிப்பொறிக்கு நாம் இப்போது பாடம் சொல்லித்தர வேண்டும். ஆம், அதற்கு ஒரு மொழியை புரியவைக்க வேண்டும். ஒரு மொழியை கற்க வேண்டு-

மானால் அதில் உள்ள எழுத்துக்கள், வார்த்தைகள், பொருள்கள், எப்படி எழுத வேண்டும் என்பதற்கான இலக்கணம் தெரியவைக்க வேண்டும். அதுப்போல் கணிப்பொறிக்கு ஒவ்வொரு மொழியைப்பற்றியும் புரியவைக்க, இலக்கணம் கற்றுக்கொடுக்க வேண்டும். அந்த இலக்கணம்தான் ஆபரேட்டிங் சிஸ்டம் எனப்படுகிறது. ஆபரேட்டிங் சிஸ்டம் எனப்படுவது டிஸ்கில் உள்ள புரோகிராம். அதை கம்புயூட்டருக்குள் திணித்ததும் கம்புயூட்டரின் மெமரியில் இந்த டிஸ்கில் உள்ள சங்கதிகள் அனைத்தும் பதிவாகிவிடும். இப்போதுதான் கம்புயூட்டர் உயிர் பெருகிறது.

முன்பின் தெரியாத ஒரு ஊருக்கு புதிதாக செல்லவேண்டும் என்றால், நாம் எப்படிச் செல்வது என்று தடுமாறி நிற்போம். அந்த ஊருக்கு எவ்வாறு செல்ல வேண்டும் என்று வரைபடம் வரைந்து யாராவது அந்த சமயத்தில் கொடுத்தார்கள் என்று வைத்துக்கொள்ளுங்கள், நாம் பயணத்தை ஐய்யமின்றி தொடங்களாம். அதுபோல் ஆபரேட்டிங் சிஸ்டம் என்ற மேப்பை வைத்துக்கொண்டு கம்புயூட்டர் செயல்பட தயாராக இருக்கும். இப்போது ஒரு குறிப்பிட்ட மொழியை தேர்ந்தெடுத்து, அதனில் வரையரைக்கப்பட்ட கட்டளைகளை கம்புயூட்டருக்குக் கொடுத்து சிக்கலான கணக்குகளுக்கு தீர்வு காணலாம்.

உதாரணத்துக்கு நமக்கு ஆங்கில மொழி தெரியாது என்று வைத்துக்கொள்வோம். இப்போது நாம் ஒரு ஆங்கிலேயரை சந்திக்க வேண்டிய நிலை. இப்போது உங்கள் கையில் ஒரு அட்டவனைத் தரப்படுகிறது அதில் என்னென்ன கேள்விகளுக்கு என்னென்ன பதில் தரலாம் என எழுதப்பட்டுள்ளது. அதைவைத்துக்கொண்டு எளிதாக சமாலித்துவிடலாம். அதைப்போல்தான் கம்புயூட்டரும், எந்தவொரு கட்டளையும் ஆபரேட்டிங் சிஸ்டத்தின் உதவிக்கொண்டே புரிந்துக்கொள்ள முடியும்.

கணிப்பொறி என்ற மின்சாதனத்தை ஆபரேட்டிங் சிஸ்டம் எவ்வாறு சிக்கலான பிரச்சனைகளை எளிதாக தீர்வுகாண வழிநடத்தி செல்கிறதோ அதுபோலத்தான் நம்மனதில் உள்ள எண்ணங்கள் என்ற ஆபரேட்டிங் சிஸ்டம் வழிநடத்திச் செல்கிறது.

ஆபரேட்டிங் சிஸ்டம் என்ற புரோகிராம் தவறாக இருந்தால் நாம் கம்புயூட்டரில் எந்தவொரு பிரச்சனைக்கும் தவறான முடிவையே பெறுவோம். எனவே ஆபரேட்டிங் சிஸ்டம் தான் கம்புயூட்டரின் இயகத்திற்கு முக்கியமாகும்.

கார் ஓட்ட லைசன்ஸ் வாங்கச் செல்கிறோம். அங்கு நமக்கு சாலை விதிகளை குறியீடுகள் மூலம் கற்றுத்தருவார்கள். சிவப்பு விளக்கெரிந்தால் வண்டியை நிறுத்த வேண்டும், பச்சை விளக்கு எரிந்தால் செல்லலாம் என்றும், ஒவ்வொரு குறியீடுக்கும் விளக்கம் சொல்லிக்கற்றுத் தருவார்கள். எல்லாம் தெரிந்தபின்பு லைசன்ஸ் கொடுக்கப்படுகிறது. சாலை ஓரங்களில் இடதுப் பக்கம் திரும்ப, வலதுப் பக்கம் திரும்ப என்று பல குறியீடுகள் தாங்கிய பலகைகளை நாம் பார்க்கிறோம். குறியீடுகளுக்கான விளக்கங்கள் நம்மனதில் பதிவாகியுள்ளது. இந்த ஆப்பரேடிங் சிஸ்டம்தான் நாம் சாலை விதிகளைப் பின்பற்றி விபத்து இல்லாமல் கார் ஓட்டிச்செல்லத் துணைபுரிகிறது.

புதிதாக ஒருவர் கார் ஓட்ட கற்றுக்கொள்கிறார், என்று வைத்துக்கொள்ளுங்கள். அவருக்கு சாலை விதிகளையும், குறியீடுகளுக்கு தவறான பொருளையும் கற்றுதருகிறோம் என்றால் என்ன ஆகும் என்று நினைத்து பாருங்கள். சிவப்பு விளக்கெரிந்தால் வண்டியை வேகமாக ஓட்ட வேண்டும் என்றும் பச்சை விளக்கு எரிந்தால் நடுரோட்டில் வண்டியை

நிறுத்த வேண்டும் என்றும் அவரிடம் கற்றுக்கொடுத்தால் அவர் மனதில் தவறான ஆப்பரேடிங் சிஸ்டம் ஒன்று பதிவாகிவிடுகிறது. ஆப்பரேடிங் சிஸ்டம்(குறியீடுகளுக்கான விளக்கங்கள்) தவறானதுதான், ஆனால், அவருக்கு அது தவறு என்று தெரியாது, எனவே அதன்படியே கார் ஓட்டிச்செல்வதால் என்ன விபரீதம் நடக்கும் என்பதை நாம் உணர முடிகிறது.

கம்ப்யூட்டரிலும் ஆப்பரேடிங் சிஸ்டம் தவறுதலாக எழுதப்பட்டால், நாம் எந்தவொரு பிரச்சனைக்கும் தீர்வுகாண முடியாது. எல்லாமே தவறாகக் காட்டப்படும். அதுபோல மனதில் பதிவாகியுள்ள ஆப்பரேடிங் சிஸ்டம் தவறானால் நாம் எடுக்கும் முடிவுகள் அனைத்துமே தவறாகத்தான் இருக்கும். நம்மை வழிநடத்திச் செல்லும் இந்த ஆப்பரேடிங் சிஸ்டம் பற்றி இனி விரிவாகக் காண்போம்.

சாப்ட்வேர், ஹார்டுவேர் என்றால் என்ன என்பது நமக்கு தெரிந்த ஒன்று. ஒலிப்பதிவு செய்யப்பட்ட சி.டி. அதில் பதிவாகியுள்ள இசையையோ, பாடல்களையோ நாம் காணவோ, தொட்டுணரவோ முடியாது. இவ்வாறு நாம் காணவோ, தொட்டுணரவோ முடியாதவகைகளை சாப்ட்வேர் என்கிறோம். கண்ணால் காணக்கூடிய ஒலித்தட்டை(சி.டி) ஹார்டுவேர் என்கிறோம். இதைப்போலத்தான் கம்ப்யூட்டரின் பாகங்கள் அனைத்தும் ஹார்டுவேர் எனவும், கம்ப்யூட்டர் இயங்குவதற்காக உருவாக்கப்பட்ட புரோகிராம்கள் அனைத்தும் சாப்ட்வேர் எனவும் அழைக்கிறோம்.

நம் மூளை என்பது ஹார்டுவேர் என்றால், அதில் தோன்றும் எண்ணங்கள் சாப்ட்வேராகும். கண்ணால் காணமுடியாத, தொட்டுணர முடியாத எண்ணங்கள் எனும் சாப்டவேரைத்தான் நாம் மனம் என்று குறிப்பிடுகிறோம்.

பிறந்த குழந்தையை கவனியுங்கள், அதற்கு இந்த உலகைப்பற்றிய எந்தவொரு தகவலும் தெரியாது. மூளை என்ற நினைவுப்பகுதி உள்ளது. ஆனால் அதில் எந்தவிதமான குறியீடுகளோ, குறியீகளுக்கான விளக்கங்களோ பதிவாகவில்லை. சாப்ட்வேர் பதிவாகாத ஹார்டுவேர் என்றே இப்போதுள்ள நிலையில் அதன் மூளையை நாம் ஒப்பிடலாம்.

குழந்தையானது வளர வளர சூழ்நிலையிலிருந்து, உறவினர்களிடமிருந்தும், நண்பர்களிடமிருந்தும், ஆசிரியரிகளிடமிருந்தும், தான் எப்படி இருக்க வேண்டும் என்பதைக் கற்றுக்கொள்கிறது. இப்போது ஒரு சாப்ட்வேர் ஒன்று அதன் மூளையில் உருவாக்கப்படுகிறது. கம்ப்யூட்டரில் சாப்ட்வேர் உருவாவதற்கு பல சாப்ட்வேர் பொறியாளர்கள் தேவை. அதுபோல மனம் என்ற சாப்ட்வேர் உருவாவதற்குச் சுற்றுப்புற சூழ்நிலைகள், புத்தகங்கள், உறவினர்கள், நண்பர்கள், ஆசிரியர்கள் காரணமாக இருக்கின்றன.

மனம் என்ற சாப்ட்வேர் நமக்குள்ளேயே தயாராகிறது. சூழ்நிலைகளில் இருந்து நாம் எப்படிச் செயல்பட வேண்டும் என்பதை சரியாகவோ அல்லது தவறாகவோ, நாம் எண்ணங்களாக பதித்துவிடுகிறோம். எது தவறு, எது சரியானது என்ற பட்டியல் ஒன்று மனதில் தயாராகிவிடுகிறது. இந்த சாப்ட்வேர் தான் நம்மை வாழ்நாள் முழுவதும் வழி நடத்திச் செல்கிறது. நமது மனம் எனும் சாப்ட்வேர் சரியானதாக இருந்தால், நம் செயலும் சரியாக இருக்கும், சாப்ட்வேர் தவறாக இருந்தால் நம் செயல்களும் தவறாகத்தான் இருக்கும்.

திருட்டு தொழிலை செய்யும் ஒருவனிடம் வளரும் குழந்தைக்கு, திருடுதல் என்பது நியாயமான செயல் என்ற எண்ணம் மனதில் பதிந்துவிடுகிறது. இந்தத் தவறான மனதின்(சாப்டுவேர்) காரணமாகத் திருட்டுத் தொழிலை வளர்ந்த பிறகும் செய்ய ஆரம்பிக்கிறான். ஆனால்

அவனுக்கு அது சரியான செயல் என்றே தெரியும். ஏனென்றால் அவன் மனதில் தவறான சாப்டுவேர் உருவாகியுள்ளது. மனதில் பதிவாகியுள்ள எண்ணங்களே, ஒருவனை வாழ்நாள் முழுவதும் நடத்திச்செல்கிறது.

நம்மிடம் காணப்படும் குழப்பங்களுக்கும், பிரச்சனைக்களுக்கும் காரணமாக இருப்பது நம் மனமே என்பது தெளிவாகிறது. ஒரு விவசாயி தான் கஷ்டப்பட்டுதன் மகனை படிக்க-வைக்கிறார். கல்லூரிபடிப்பை முடித்து வந்தவுடன் விவசாய வேலைக்கு தனக்கு உதவியாக இருக்கச் சொல்கிறார். ஆனால் அவனோ இந்தத் தொழிலை தன்னால் செய்ய இயலாது எனக்கூறிவிடுகிறான். காரணம் என்னவென்றால், அவன் சிறு வயது பிள்ளையாக இருக்-கும்போது, இதே தந்தை இவனிடம் என்ன சொன்னாரென்றால் '' நான் தான் படிக்காமல் இந்தத் தொழிலை செய்து வருகிறேன், நீயாவது படித்து டாக்டராகவோ, என்ஜினியராகவோ ஆக வேண்டும்'' என்று தன் எண்ணங்களை அந்தச் சிறுவனின் மனதில் பதியவைக்கிறார். அவன் மனதில், படித்துவிட்டு விவசாயம் செய்யக்கூடாது என்ற எண்ணம் உருவாக்கப்பட்-டுவிட்டது. அதனால்தான் படித்துமுடித்ததும், அந்தத் தொழிலை ஏற்க அவன் மனம் இடம் கொடுக்கவில்லை.

கடந்த காலத்தில் பெறப்பட்ட அனுபவங்களே ஒருவனை, எதிர்கால வாழ்க்கைக்கு பாதை வகுக்கின்றன. எனவே மனதில் உள்ள, எது சரியான செயல், எது தவறான செயல் என்று பதிவாகியுள்ள எண்ணங்களின் தொகுப்பை, அதாவது சாப்டுவேரை நாம் திருத்தி அமைக்க வேண்டும். இந்த எண்ணங்களை மாற்றி அமைக்க வேண்டுமானால் பல வழிகள் இருக்கின்றன.

பல வழிகள் இருப்பினும், ஒருவனது எண்ணங்களை மாற்றி அமைப்பது என்ற செயல் கடினமான ஒன்றாகும். நாம் நமது எண்ணங்களை எவ்வாறு மாற்றி அமைக்கலாம் என்பதை இப்போது ஆராயலாம்.

நாம் செய்யக்கூடிய செயல்கள் அனைத்தையும் பட்டியல் போட்டுக்கொள்ளுங்கள். ஒவ்-வொரு செயலும் தவறானதா, சரியானதா என்று நாமே அதைக்குறித்து ஆராயவேண்டும். பின்பு இந்த செயல்களின் அட்டவணையை பத்து நபர்களிடம் கொடுத்து எந்தெந்த செயல்-கள் தவறானது, எந்தெந்த செயல்கள் சரியானது எனக் குறிப்பிடும்படி கேட்டோமானால், ஒவ்வொருவரும் வெவ்வேறு விதமான பதில்களையே குறிப்பிடுவர். எனவே தவறானது, சரி-யானது என்று நாம் சொல்லும் கருத்துகள் யாவும் மனதில் முன்பு பதிவான எண்ணங்க-ளால்தான் என்று அறியலாம்.

பாம்பைக் கண்டால் படையும் அஞ்சும் என்பார்கள். ஆனால் பாம்பைப்பிடித்து வித்-தைக்காட்டுபவரின் வீட்டில் வளரும் சின்னப்பிள்ளைக்கூட, பாம்பை எடுத்து விளையாட ஆரம்பிக்கிறது. பயம் என்பது மனதில் பதிவாகியுள்ள எண்ணங்களின் வெளிபாடே.

நாம் நம் குழந்தைகள் தரையில் நடப்பதையே பயத்தோடு பார்க்கிறோம்.ஆனால் கழைக்-கூத்தாடிகள் தங்கள் குழந்தைகளை கயிற்றில் நடக்கவே பழக்கப்படுத்தி விடுகிறார்கள். நம்-பிக்கை இருப்பதால், அவர்கள் கயிற்றில் நடக்கவே உற்சாகப்படுத்துகிறார்கள். பயம் இருப்-பதால் நாம் தரையில் நடப்பதற்கே தடா விதிக்கிறோம்.

நம் முன்னோர்கள் மந்திரங்களையும், சுலோகங்களையும் சமஸ்கிரதத்தில் உருவாக்கி-னார்கள். அவற்றின் அர்த்தம் புரியாமலேயே போனதற்கு காரணம் அதுதான். சுலோகங்-

களை மீண்டும் மீண்டும் உச்சரித்து தங்கள் மனதில் நல்ல எண்ணங்களை விதைத்து ஆற்றல்களை அறுவடைசெய்தார்கள் என்பது நமக்குத் தெரிந்த ஒன்றேயாகும்.

நமக்குத்தெரியாமலயே பல எண்ணங்கள் நம் ஆழ்மனதில் பதிவாகி இருக்கும். பல நன்மை தரும் வார்த்தைகளை மீண்டும் மீண்டும் உச்சரித்து நம் ஆழ்மனதுக்குள் விதைத்துவிட்டால் ஒரு புதிய சாப்டுவேர் உருவாகி நம் செயல்கள் அனைத்தும் நல்ல பலன்களைக் கொடுப்பதாக அமையும் என்பது தெளிவாகிறது.

எனவே மந்திரங்களும், சுலோகங்களும் எப்படி நம் வாழக்கையை நல்ல வழியில் கொண்டுசெல்கிறது என்பது புலனாகிறது. பல கட்டளைகளை மனதிற்கு கொடுத்து நல்ல சாப்டுவேரை உருவாக்கினால் மனித வாழ்க்கையின் குறிக்கோளை நாம் அடையலாம்.

அடுத்த அத்தியாயம் செல்லும்முன் , refresh செய்துகொள்வோம்.

மிஸ்டர் எக்ஸ் : ஹலோ சார்! இது கஷ்டமான கேர் தானே?

கஸ்டமர் கேர்: ஆமா சார்... ஆனா இது கஸ்டமர் கேர்.. கஷ்டமான கேர் இல்ல! உங்களுக்கு உதவுறதுக்காகதான் நாங்க இருக்கோம். என்ன உதவி வேண்டும்?

மிஸ்டர் எக்ஸ்: எனக்கு 5 வயசுல ஒரு பையன் இருக்கான் சார். சரியான வாண்டு, துறுதுறுன்னு இருப்பான்.

கஸ்டமர் கேர்: சின்ன பசங்க அப்டிதான் சார் இருப்பாங்க.. நாமதான் சமாளிக்கனும்.

மிஸ்டர் எக்ஸ்: அது விடுங்க சார்.. அவன் நீங்க கொடுத்த சிம் கார்ட முழுங்கிட்டான்!

கஸ்டமர் கேர்: அய்யயோ! அப்ப உடனே டாக்டர் கிட்ட கூட்டிட்டு போங்க.

மிஸ்டர் எக்ஸ்: அத அப்றம் பாத்துக்கலாம் சார்.. சிம் கார்ட்ல 500 ரூபா பேலன்ஸ் இருந்துச்சு.. அவன் பேசுனா காசு போவுமா?

கஸ்டமர் கேர்: அழைத்தமைக்கு நன்றி...

4

நினைவுத்திறனை மேம்படுத்து

எனக்கு மறதியே கிடையாதுன்னு யாராவது சொன்னா அவங்களைப் போல கஷ்டப்பட-ரவங்க இந்த உலகத்தில வேற யாருமே இருக்க முடியாது. நாம் பொதுவாக மறதியைக் குறித்து கவலையுறுகிறோம். அமைதியான வாழ்வை அடைய சிலவற்றை மறந்துதான் ஆக வேண்டும். ஆகவே மறதி நமக்கு கிடைத்த அனுகூலங்களில் ஒன்று.

அமெரிக்காவை சேர்ந்த ஒரு பெண், ஜில் பிரைஸ். இவருக்கு அளவுக்கு மீறிய நினை-வாற்றல் இருக்கிறது. சிறு வயதிலிருந்து நடந்த நிகழ்ச்சிகள் அனைத்தையும் மறக்காமல் சொல்கிறார். டாக்டர்கள் பரிசோதித்து விட்டு அசந்து விட்டனர்.. இதற்கு காரணம், அவர் மூளையில் உள்ள ஒரு வித அசாத்தியமான சக்தி தான்.

கசப்பான நினைவுகளை மறக்காமல் நினைத்துக்கொண்டேயிருப்பதால் அடிக்கடி மன அழுத்தம் ஏற்படுகிறது. இந்த அசாத்திய நினைவாற்றல் எனக்கு நல்லதை விட கெட்டதை தான் தருகிறது என்கிறார் அந்த பெண். ஒரு கசப்பான நிகழ்ச்சியை நிமிடத்துக்கு நிமிடம் நினைத்துக் கொண்டேயிருந்தால், அது நம்மை நிம்மதியாக வாழவைக்காது. மறதி இல்லா-விட்டால் நம்மால் வாழ முடியாது.

ஆனால் எல்லாவற்றையும் மறந்துக்கொண்டேயிருந்தால் என்னாகும் என்று யோசித்துப்-பாருங்கள். விமானத்தை ஓட்டிக்கொண்டிருக்கும்போது திடிரென்று விமானி, விமானத்தை இயக்குவது எப்படி என்பது மறந்து போச்சேன்னு யோசிச்சா! என்ன ஆகும்? ஞாபக சக்திங்-கிறது பெரிய விசயம். ஞாபக சக்திக்கு மாத்திரைன்னு போனா அதனால வரும் பின்விளை-வுகள்ளு ஏதாவது ஒன்னு வாலாட்டிக்கிட்டு, மாத்திரை சாப்பிட்டதற்கு நன்றியா நம்மோடவே இருந்துடும்.

சிலருக்கு, பெயர்கள் மறந்துபோகும். சிலருக்கு எண்கள் மறந்துபோகும். சிலருக்கு கடந்த கால விஷயங்கள் மறந்துபோகும். சிலர் சிறிது நேரத்திற்கு முன் நடந்தவைகளைக்கூடமறந்-துவிடுகின்றனர்.

ஐம்புலன்களில் இருந்து வரும் உணர்வுகள் நரம்பு மண்டலம் மூலம் மூளையை அடை-கின்றது. மூளை அவற்றை வகைப்படுத்தி உணர்ந்து கொள்கிறது. இந்த உணர்வுகள் மூளை-

யிலேயே தங்கி இருந்தால் அவை நினைவுகளாக மாறிவிடுகின்றன. தேவையானபோது பதி-
யப்பட்ட இடங்கள் தூண்டப்பட்டு, தகவல்கள் பெறப்படுகிறது.

நாம் பார்க்கும், கேட்க்கும், உணரும், சுவைக்கும், முகரும் அனைத்துமே நமது ஞாப-
கங்கள் ஆகும். இது முதலில் முதலில் குறைந்த நேரமே மனதில் இருக்கும் (சென்சரி
மெமரி).உடனே மறந்துவிடும்.

இந்த சென்சரி மெமரியில் நாம் முழு கவனத்தை செலுத்தி ஆழ்ந்து கவனித்தால் அது
ஷார்ட் டெர்ம் மெமரி ஆக பதிவாகும். இதுவும் சில மணித்துளிகளுக்கு மட்டும் இருக்கும்.
ஷார்ட் டெர்ம் மெமரிஜ் திரும்ப திரும்ப செய்யும்போது அது நாள் பட்ட ஞாபகசக்தியாக-
மாறும் .

நம்முடைய மனதை கவர்ந்த, பாதித்த விஷயங்கள். மீண்டும் மீண்டும் சொல்லிப்பார்த்தவை
நம்முடைய மூளையில் நீண்டகால நினைவுகளாக தங்கிவிடுகிறது. மூளை பல செய்திகளை
ஒன்றுடன் ஒன்று தொடர்பு படுத்தி ஏற்கனவே உள்ள தகவல்களுடன், புதிய தகவல்களையும்
சேர்த்துக்கொள்கிறது.

ஒரு தகவலை சரியான முறையில் பதிந்து வைத்திருந்தால் நிச்சயம் அது மறக்காது.
நினைவாற்றலை பொறுத்தவரை, எல்லோரும் சமம்தான். கார் ரேஸ் நடக்கிறது. ஒரே கம்-
பெனி கார் என்றாலும், எல்லோரும் ஒரே இடத்தை பிடிப்பதில்லை. ஒருவர் பர்ஸ்ட், ஒருவர்
செகண்ட், ஒருவர் தேர்டு என்று ஆளுக்கொரு நிலையை பெறுகிறார்கள். வெற்றியில் உள்ள
வித்தியாசத்திற்கு காரணம் அதைப் பயன் படுத்தியவர் அதை பயன்படுத்திய விதம்.

எப்படி ஒரே நிறுவனத்தின் கார்தான் என்றாலும் வெற்றிபெறும் நிலைகள் மாறுபடுகி-
றதோ, அதேபோல சம திறன்கள் கொண்ட மூளைதான் என்றாலும் அதை பயன்படுத்தும்
விதத்தைப் பொறுத்து நம் வெற்றி நிலைகளும் மாறுபடுகிறது.

நம் மூளையில் உள்ள நினைவகத்திலிருந்து ஒரு தகவல் நமக்கு தேவையான நேரத்தில்
நினைவிற்கு வர வேண்டுமானால் அந்தகத் தகவலை நாம் சரியான முறையில் பதிவு செய்-
திருக்க வேண்டும். மறதிக்கு முக்கிய காரணமே தகவல்களைப்பதிந்துவைக்கும் திறன் குறை-
வாக இருப்பதுதான்.

நினைவில் வைத்துக் கொள்ள வேண்டிய விஷயங்களை, மனதில் கதை போல உரு-
வாக்கி வைத்துக்கொள்ள வேண்டும். நபர்களின் முகத்தோடு பெயர்களைத் தொடர்புபடுத்தி
நினைவில் வைத்திருந்தால் மறக்க வாய்ப்பில்லை!

காணாமல் போன ஒரு பொருளை நாம் தேடி எடுக்கவேண்டும் என்றால் நாம் அந்த
பொருளை எந்த இடத்தில் வைத்தோம், எவ்வளவு பொருட்கள் நம்மிடம் இருக்கின்றன,
எவ்வளவு நாட்களுக்கு முன் வைத்தோம் என்பதை எல்லாம் பொறுத்து, அதை எடுக்கத்
தேவைப்படும் நேரம் கூடவோ குறையவோ செய்யும்? இதேதான் மூளைக்கும் பொருந்தும்.

ஒரு விஷயத்தை மற்றதுடன் தெளிவுபடுத்தினால் பல விஷயங்களை எளிதில் நினை-
வுபடுத்த முடியும். எந்த விஷயம் மறந்து போகிறதோ அந்தச் சூழ்நிலையைக் கற்பனையில்
படமாக நினைத்துப் பார்த்தால், விட்டுப்போன விஷயம் திடீரென நினைவுக்கு வரும்.

சிறு வயதில் கற்று, பின்னர் பயன்படுத்தாமல் இருந்த நீச்சல், சைக்கிள் ஓட்டுதல்போன்-றவை செயல்முறை சார்ந்த விஷயம். இவை நீண்ட கால இடைவெளிக்குப் பிறகும் மறந்து போகாமல் நினைவில் இருக்கும். செயல்முறை அல்லாத விஷயங்கள் மட்டுமே காலப் போக்கில் மறந்து போகும்.

நம் மனம் தனக்குத் தெரிந்தவற்றை எப்பொழுதும் ஒரு பெயருடனோ சம்பவத்துடனோ தொடர்புபடுத்திக்கொள்ளும். புதியதகவல்களை, ஏற்கனவே அறிந்த தகவலுடன் தொடர்பு படுத்துங்கள். தொடர்பான தகவல்களை மனதில் ஓட விட்டுக்கொண்டீர்களானால், அத்தக-வல் எளிதில் மறக்காது..

இருபது வருடங்கள் கழித்து தொலைந்துபோன டிசியை வாங்குவதற்காக பள்ளிக்குச் செல்லும்போது, பள்ளியில் படித்த வருடம் கேட்பார்கள். அந்த வருட ஃபைலை எடுத்து நம் பெயர், முகவரி ஆகியவற்றை சரிப்பார்த்து சான்றிதழ் கொடுப்பார்கள். பள்ளியில் படித்த வருடம் சொன்னால் போதும், அந்த ஆண்டுக்கான ஃபைலை எடுத்து சரிப்பார்த்து சான்றி-தழ் வழங்குவார்கள். எத்தனை ஆண்டுகளாயினும் எளிதாக இச்செயலைச் செய்ய உதவியது எது? ஒரு சிறந்த அலுவலக செயல்பாட்டிற்கு, கோப்பாக்குதல் (file) என்பது மிகவும் முக்-கியமான ஒன்றாகும். சிறந்த முறையில் கோப்பிடப்பட்டிருந்தால்தான், தேவைப்படும்போது, எளிதாக எடுக்க வசதியாக இருக்கும்.

நாம் நினைவில் சேமிக்க நினைக்கும் தகவல்களை, வகைக்கேற்ப ஒழுங்குமுறைகளில் வரிசைப்படுத்தினால், நினைவில் ஏற்றுவதற்கு எளிதாக இருக்கும். தேவைப்படுகையில் மீண்-டும் நினைவில் கொண்டு வருவது சுலபம்.

ஒரு விஷயத்தை சாதாரணமாக ஞாபகம் வைத்துக் கொள்வதைவிட, சில குறிப்புகளால் மனதில் வைத்துக் கொண்டால் அவை எளிதில் மறக்காது. நினைவாற்றல் என்பது ஒரு திறமை. பயிற்சியாலும், முயற்சியாலும் அந்தத் திறமையை வளர்த்துக் கொள்ள முடியும். ஆர்வம் காட்டுகிற விசயங்கள் நினைவில் நன்றாகப் பதியும். தேவையை, அவசியத்தை நன்றாக உணர்ந்த விசயங்கள் நன்றாகப் பதிகின்றன. புரிந்து கொண்ட விசயங்கள் நினை-வில் நன்றாக இருக்கின்றன. மனதை நாம் தேர்ந்தெடுக்கும் பொருளில் நூறு சதவீதம் கவனிக்க வைக்க வேண்டும்

ஆரோக்கியமாக இருக்கும்போது நினைவாற்றல் நன்றாக இருக்கும். மனம் ஆர்வமாக, உற்சாகமாக இருந்தால் நினைவாற்றல் நன்கு இருக்கும். தியானப் பயிற்சிகளும், யோகாசனப் பயிற்சிகளும் விழிப்புணர்வை அதிகரிக்கும்.

அதிகப்படியாக ஏழு முதல் பத்துத்தகவல்களை மூளை தற்காலிகநினைவுப்பகுதியில் பதிந்துகொள்கிறது. ஒரு நேரத்தில் ஏழு முதல் பத்து எண்கள் வரை தற்காலிக நினைவில் வைத்திருக்க முடியும். ஒரு 20 இலக்க எண்ணை 9..7..3..8..4..6..8..9..1..3..4..7..8..8..3..5..9..8..4..9 என்று ஒருவர் சொல்லும் போது அதை மனதில் 97..38..46..89..13..47..88..35..98..49 என்றோ அல்லது 473..846..891..347..883..598..49 என்று மனதில் சொல்லிக் கொண்டு பின்பு எழுத ஆரம்பித்தால் எல்லா இலக்கங்களையும் தவறின்றிஎழுதமுடியும்.

நாம் எந்த நிகழ்வையாவது நினைவில் வைத்துக்கொள்ள மூளையை முழுவதும் நம்-பியிருப்பதில்லை. அடுத்த மாதம் நண்பர் ஒருவருக்கு திருமணம். பத்திரிக்கை பார்த்ததும்

அந்த நாளை டைரியில் குறித்து வைத்து விடுவோம். ஆனால் டைரியை எங்காவது வைத்-துவிட்டு கல்யாணம் முடிந்த, அடுத்த வாரம் அந்த மண்டபத்திற்கு சென்று மாப்பிள்ளை டவுரி அதிகமாக கேட்டு ஓடிவிட்டாரா? ஏன் சார் மாப்பிளைய மாத்திட் டாங்க என்று கேட்க துணிவில்லாமல் நின்றிருக்க, அந்த நேரம் பார்த்து, அண்ணே காப்பி சாப்பிட்டிங்-களாண்ணே, டிபன் சாப்பிட்டிங்களாண்ணேன்னு யாராவது கேட்க, டைனிங்ஹாலுக்கு தள்-ளப்பட்டு, சாப்பாட்டை சாப்பிட்டுவிட்டு (மெய்)மொய் மறந்து மண்டபத்தை விட்டு வெளியே வந்து அப்பாடா! என்று மூச்சுவிட்டவர்கள் நம்மிடையே பலர் உண்டு.

நல்ல நினைவாற்றலை பெற்றவர்கள், எங்களை பார்க்கும் அல்லது கேட்கும் பொழுது அவைகளை உடனடியாக ஒரு படமாக மாற்றி கொள்கின்றனர். எந்த ஒரு விஷயத்தையும் தனது மூளையில் வரிசைகரமாக அடுக்கி வைத்துகொள்ள " பயண முறை" யைப் பயன்-படுத்துன்றனர். தான் நினைவில் வைத்து கொள்ளவேண்டிய எண்களின் படங்களைத் தனது பயண முறையில் உள்ள முக்கிய இடங்களில் அவைகளை வரிசைகரமாக அடுக்கி வைத்-துக்கொள்கின்றனர்.

பிறகு, அவைகளை சரியாகத் திரும்பச் சொல்வதற்காக, தனது பயணத்தை முதல் இடத்-தில் இருந்து தொடங்குன்றனர். அங்கங்கே பதிய வைத்த படங்கள் வரிசையாக அவர்கள் நினைவுக்கு வருகின்றன. இறுதியாக, அந்த படங்களை " ஒலி உச்சரிப்பு முறை" யைப் பயன்படுத்தி எண்களாக மாற்றி அந்த எண்களை மிகத் துல்லியமாகச் சொல்லுகின்கின்றனர்.

நினைவாற்றலை ஒரு நூலகத்தோடு ஒப்பிடுவோம். அதில் பல ஆயிரக்கணக்கான புத்-தகங்களை வைத்திருந்தாலும், புத்தகங்களின் வகைக்கு தக்கவாறு அடிக்கு வைக்கப்பட்டுள்-ளதால், நாம் நமக்குத் தேவையான ஒரு புத்தகத்தை எடுப்பது எளிதாகயிருக்கும்.

நாம் உண்மையிலேயே எதையும் மறப்பதில்லை. பிரச்சனை அந்தத் தகவலை வெளியில் எடுப்பதில் மட்டுமே. ஒருவரை நீண்ட நாள் கழித்துச் சந்திக்கிறோம் என்றால், அவரது பெயர் சட்டென்று நம் நினைவிற்கு வருவதில்லை. இவரை எங்கேயோ பார்த்திருக்கிறேன், எங்கேன்னு ஞாபகம் வரலை என்று மூளையைக் கசக்கிக் கொள்வோம். மறுநாள் ஏதாவது நினைத்துக்கொண்டிருக்கும்போது, திடிரென்று அவரது பெயர் நினைவிற்கு வந்துவிடுகிறது.

நாம் ஏதாவது ஒன்றை மறந்துவிட்டோம், மறந்த போன விஷயம் நினைவுக்கு வரவில்-லையா, அதைப்பற்றிய தேடலை சற்று நிறுத்தி விட்டு மனதுக்கு பிடித்த விஷயங்களை சிந்திக்க ஆரம்பித்தால் போதும். நமக்கே தெரியாமல் மூளை தமது நியூரான்களை செயல்பட வைத்து அந்தத் தகவலை நம் நினைவுக்குக் கொண்டுவரும்.

ஒரே நேரத்துல நடக்குற நிகழ்ச்சிகள் வெவ்வேறாக இருந்தாலும், ஒவ்வொரு நிகழ்ச்சி-களையும் உள்வாங்கி பதியவைக்கும் திறன் கொண்டது நம்மூளை. மேஜிக் நிகழ்ச்சிகளில் பல பொருள்களை பாத்திரத்தில் மறைத்து வைத்து, பாத்தித்தின் விளிம்பில் ஒளிச்சுவைச்ச ரிப்பனை இழுக்க இழுக்க பொருள்கள் ஒன்னு ஒன்னா வரும். அதுமாதிரி ஒரு விஷ-யத்திற்கும் மற்றொரு விஷயத்தற்கும் தொடர்பு உள்ள மாதிரி இணைத்துவிட்டால் எல்லா விஷயங்களையும் மறக்காம நினைவுக்கு கொண்டு வரலாம்.

இப்ப முதல் வகுப்பு படித்த போது என்னென்ன நிகழ்வுகள் நினைவுக்கு வருகிறது என பாருங்க. பள்ளியில முதல் முதலாக சேர்ந்த நாள், ஆசிரியரின் முகம், நம்மோடு படித்த சிலரது பெயர் மட்டுமே நினைவுக்கு வரும். சந்தோசமான, கசப்பான ஒன்றிரண்டு நிகழ்வுகள்

தவிர வேறெதும் நம் நினைவுக்கு வராது. ப்ளஸ் டூ படிக்கும்போது 200 க்கு 200 எடுத்த மாணவனிடம் ஒரு மாதம் கழித்து திடிரென கேள்வித்தாளை கொடுத்து எழுத சொன்னால், மதிப்பெண் நிச்சயமாக குறைந்திருக்கும். 10 வருடங்கள் கழித்து எழுதச்சொல்லியிருந்தா மதிப்பெண் மோசமா போயிருக்கும்.

ஞாபகம் என்பது மூளையில் இரசாயனங்களாகவும் நரம்பு இணைப்புக்களாகவும் சேமிக்-கப்பட்டிருக்கின்றது என விஞ்ஞானிகள் கண்டுபிடித்திருக்கிறார்கள். ஒரு பொருளை இன்-னொன்றுடன் தொடர்பு படுத்தி வைத்திருப்பது, திரும்பத் திரும்ப நினைப்பது அல்லது மனத்-தினுள் ஒத்திகை பார்ப்பது ஞாபகத்தை அதிகரிக்க உதவும். ஒரு முறை கற்றதை மீண்டும் நினைத்துப் பார்த்தால் ஞாபகசக்தி அதிகரிக்கும்.

முதன் முதலாக நம்மை ஈர்த்த விஷயங்கள் நம்மனதுள் ஆழமாக பதிந்துவிடும். எவ்வ-ளவு பிராண்டு வந்தாலும் முதல் பிராண்டு பெயர்களை நம்மால மறக்க இயலாது அதற்கு காரணம் அவை முதல் முதலாக நம்மை ஈர்த்தவை. சன் டிவி, வுட்வார்ட்ஸ் கிரைப் வாட்டர், பாண்ட்ஸ் பவுடர் இப்படி நிறைய சொல்லிக்கொண்டே போகலாம். நாம் மனதில் குவித்து வைத்துள்ள தகவல்கள்தான் நம்மைச் செயல்பட வைக்கிறது.

நமக்கு என்னென்ன விஷயங்கள் தெரியும் என்று யோசித்துப்பார்த்தால் ஒன்னுமே தெரி-யாது போல் இருக்கும். ஆனால் ஒரு விஷயத்தை பேச ஆரம்பித்தால் அது தொடர்பான பல விஷயங்கள் வந்துக்கொண்டே இருக்கும். ஒரு விஷயத்தை பற்றிய தகவல்கள் மற்-றொரு விஷயத்துடன் தொடர்புபடுத்தலே இதற்கு காரணம். ரூட் மெமரி என்பது ஒன்ன புடிச்சு இழுத்தா எல்லாம் ஒன் பை ஒன்னா வெளிவரும்

நியூட்டன் விதியை சொல்லச் சொன்னால் எல்லாருக்கும் மூன்றாவது விதிதான் நியா-பகத்திற்கு வரும். காரணம் மற்ற இரண்டு விதியைக்காட்டிலும் ஈசியா சுலோகம்மாதிரி இருக்கும் மூன்றாவது விதி. சில சுலோகங்கள் நச்சுன்னு இருக்கும். சில விளம்பரங்கள் மட்டும்தான் அத நாம திரும்ப உச்சரிக்க வைக்கிறது. அதற்கு காரணம் அதன் சந்தம். எளி-மையாக புரியக் கூடிய வகையில் இருந்தால் மட்டுமே திரும்பத் திரும்ப உச்சரிக்க வைக்கும். ஏம்மா குழந்தை அழுவது....போன்ற விளம்பரங்களை யாராலும் மறக்க முடியுமா என்ன!

நினைவாற்றல் பற்றி மாவீரன் நெப்போலியன் கூறியது "என் மூளை மேலும் கீழும் வரி-சையாக அமைக்கப்பட்ட இழுப்பறைகள் போன்றது. ஓர் இழுப்பறையைத் திறந்தால் ஏனை-யவை தாமாகவே மூடிக்கொள்ளும். இப்பயிற்சியை எனக்கு நானே ஏற்படத்திக் கொண்-டேன். எனவே ஒரு பொருளைப் பற்றிச் சிந்திக்கும் போது மற்ற பொருள்கள் என் நினைவில் குறுக்கிடாது",

எண்ணங்களை வகைப்படுத்தி, மூளையில் ஒழுங்காக வைக்கும் பயிற்சியை மேற்கொண்-டால், எது எப்பொழுது நினைவிற்கு வரவேண்டுமோ அது அப்பொழுது தானாகவே நினை-வுக்கு வரும். தகவல்கள் ஒவ்வொன்றையும் மற்ற தகவல்கள் கொக்கிப் போல இழுத்து வந்-துவிடும்.

நல்ல ஆழ்ந்த தூக்கம் அனைவருக்கும் அவசியம். களைப்புறும் உடல் உறுப்புகள் தூக்-கத்தில் மட்டுமே Refresh அடைகின்றன. தூக்கத்தில் மட்டுமே ஒரு பகுதி மூளை அவற்-றைச் சரிசெய்யும் பணியினைச் செய்வதால், நல்ல தூக்கம் அவசியம். தூங்குவதற்கு முன், நாம் செய்ய வேண்டிய செயலை ஒரு காட்சிப் படமாக மனதில் ஓடவிட்டு ஒத்திகை பார்த்-

துக் கொள் ள வேண்டும்.

ஒவ்வொரு நொடியும் நம் முன் நிகழ்கின்ற, நாம் பார்க்கின்ற காட்சிகள், நாம் கேட்கின்ற செய்திகள், ஒவ்வொன்றையும் நம் மூளை அந்தந்த நிலையில் நாம் என்ன உணர்ந்தோமோ, அவற்றையும், அப்போது நம்முடன் இருந்தவர்கள், அவர்களின் எதிர்வினை என அனைத்-தையும் பதிவு செய்து வைத்துக் கொள்கிறது. அதே போன்ற சூழல்கள் மீண்டும் ஏற்படும்-போது நமக்கு இதற்கு முன்னர் ஏற்பட்ட அனுபவங்கள் தானாகவே நினைவுக்கு வருகிறது.

நினைவில் வைத்துக் கொள்ள விரும்பும் எதையும் ஏற்கெனவே தெரிந்த, நினைவில் வைத்துள்ள ஒன்றோடு தொடர்பு படுத்திக்கொள்வதன் மூலம் பயிற்சியளிக்கப்பட்ட நினை-வாற்றலை வளர்த்துக் கொள்ளலாம்.

நம் வாழ்வில் நடைபெற்ற சாதாரணமான அல்லது அசாதாரணமான எந்த ஒரு நிகழ்வும் நமது மூளையில் இயல்பாகவே பதிவாகி விடுகிறது. சில நேரங்களில் நம் வாழ்வில் நடை-பெற்ற சில நிகழ்வுகளை அவற்றின் பயன்பாடின்மை காரணமாக மறந்து விடுகிறோம். அதே நேரத்தில் வேறு சில நிகழ்வுகளை அவற்றின் முக்கியத்துவம் காரணமாக வாழ்நாள் முழுதும் நம் நினைவில் வைத்திருக்கிறோம். நினைவு மையத்தில் சேமித்து வைக்கப்பெற்றுள்ள ஒரு குறிப்பிட்ட நினைவிற்கு இணையான சில நிகழ்வுகள் அல்லது விவாதங்கள் நடைபெறும்-போது அக்குறிப்பிட்ட நினைவு மீண்டும் புத்துயிர் பெறுகிறது.

ஹிப்போகாம்பஸ் என்ற மூளையின் ஒரு பகுதிதான் நம்மோட ஞாபகப்பெட்டி. கற்பனை-யான நிகழ்வுகளையும், உண்மையான நிகழ்வுகளையும் வேறுபடுத்த தெரியாத இந்த ஹிப்-போகாம்பஸ் எல்லாவற்றையும் ஒரே மாதிரியாக பதிவு செய்கிறது.

எல்லாவற்றையும் நினைவில் வைத்திருக்க காரணம் நம்மோட மூளையிலுள்ள ஹிப்போ-கேம்பஸ் எனும் உள் பகுதியில் இருக்கிற $NR2B$ என்கிற ஜீன் தானாம்!. மனித மூளையின் செரிபிரல் கார்ட்டெக்ஸின் பெரும்பகுதி தகவல்களுக்காகத்தான் ஒதுக்கப்பட்டுள்ளது. தகவல்-களைப் பதிக்கும் வேலையை மூளையின் மையத்தில் இரு பக்கவாட்டிலுமுள்ள ஹிப்போ-கேம்பஸ்தான் செய்கிறது. இந்த $NR2B$ ஜீன்களில் மாற்றம் செய்யும் போது நினைவாற்றல் அதிகரிக்கும் என கண்டறிந்திருக்கிறார்கள் விஞ்ஞானிகள்.

குறைந்த அழுத்தம் உள்ள, மின்சக்தியால் மூளையின் குறிப்பிட்ட பகுதியை தூண்டுவ-தன் மூலம் கணக்குப் போடும் திறமையை அதிகரிக்க முடியும் என இங்கிலாந்தை சேர்ந்த மருத்துவ ஆராய்ச்சியாளர்கள் கண்டுபிடித்துள்ளனர். ஆனால், சரியான முறையில் சிகிச்சை அளிக்காவிட்டால் எதிர்மறை விளைவுகள் ஏற்படும் ஆபத்துகள் இருக்கும் என கூறுகிறார்-கள்.

சிறப்பான நினைவாற்றலுக்கு கற்பனை முக்கியம். நம்முடைய நினைவு வங்கிகளில் தகவல்களைச் சேமித்து வைக்க, நாம் படங்களாகவே கற்பனை செய்து பதிகிறோம். எவ்-வளவு சிறப்பாகப் படத்தை நாம் மனக்கண்ணில் உருவாக்குகிறோம் என்பதைப் பொறுத்தே அத்தகவலை நினைவிலிருந்து மீட்பது எளிதாகிறது. உடற்பயிற்சி போல் கற்பனைக்கும் பயிற்சியளிக்கச் சொல்கிறார்கள். கற்பனை எந்தளவு வளர்கிறதோ அந்தளவு நினைவாற்ற-லும் பெருகும்.

ஒரு காரியத்தைச் செய்வதுபோல் கற்பனை செய்யும்போது அதை உண்மையிலேயே நிகழ்த்துவதைப் போல் மனதிலுள்ள ப்ரோகிராம்களை நாம் வடிவமைத்துக் கொள்கிறோம்.

நம் மூளையிலுள்ள செல்களில் ரசாயண மாற்றம் நிகழ்கிறது. அவை நம் மனதில் புதிய மாற்றத்தைத்தோற்றுவிக்கிறது.

நீண்ட கால நினைவுக்குத் தேவையானதெல்லாம் மீண்டும் மீண்டும் அந்தச் செயல் நிகழ வேண்டும். மீண்டும் மீண்டும் சொல்லிப் பார்த்துக் கொள்வது; செய்து பார்த்துவிடுவது; ஒத்திகை பார்ப்பது. இவை மட்டும்தான் ஒரு விஷயத்தை நீண்ட கால நினைவில் வைத்திருக்க முடியும். எதை நினைவில் பதித்துக்கொள்ள விரும்புகிறோமோ அதை திரும்ப திரும்ப கொஞ்ச நேரம் இடைவெளிவிட்டு நினைத்துப் பார்க்கவேண்டும். பலவித தகவல்களின் இணைப்புகள் வழியாக ஒரு தகவல் பதிவுசெய்யப்பட்டால், நினைவுபடுத்தல் எளிதாக இருக்கும்.

VIBGYOR என்பது Violet, Indigo, Blue, Green, Yellow, Orange, Red என்ற இவற்றை வரிசைக்கிரமமாக நினைவில் வைத்துக் கொள்ள உதவுகிறது.

ஜப்பானில் உள்ள ப்யூஜிமா எரிமலையின் உயரம் பன்னிரெண்டாயிரத்து முன்னூற்று அறுபத்தைந்து அடி. ப்யூஜிமா எரிமலையில் உயரத்தை வேறு எதனுடன் தொடர்புபடுத்திப் பார்க்க முடியும் என்று யோசித்தால்! 12,365. அதாவது வருடத்திற்கு 12 மாதம் 365 நாட்கள் — இப்படி ஞாபகம் வைத்துக்கொண்டால், நினைவில் வைத்து விடை சொல்ல எளிதாக இருக்கும்.

விஷயங்களைக் காட்சிகளாக மனதில் பதிய வைக்கிற போது நினைவாற்றல் துல்லியமாக செயல்படுகிறது. நினைவில் வைத்துக் கொள்ள விரும்பும் தேதிகளாகட்டும்,, தொலைப்பேசி எண்களாகட்டும், காட்சிகளாய் மனதில் காணுங்கள். அது மிக எளிமையாக பதிந்துவிடும்.

ஒரு பாடத்தை படிக்கும் போதே மனதளவில் அந்த வார்த்தைகளுக்கும், கதாப்பாத்திரங்களுக்கும் தங்களுக்கு பிடித்த உருவங்களை குடுத்துப் பாருங்கள், பின்பு அதை திரைப்படங்களாய் மனதில் ஓட்டிப்பாருங்கள். இவ்வாறு பயிற்சி செய்வதன் மூலம் நினைவாற்றல் மிக வேகமாக வளரும். இப்படி ஒவ்வொரு விஷயத்துக்கும் ஒரு கதையை சிருஷ்டிக்கும் பக்குவம் வந்துவிட்டால் எதையும் தெளிவாக நினைவில் இருத்த முடியும்.

நம்மிடம் இருக்கும் தகவல்களை நமக்கு புரியும் வகையில் எளிமைப்படுத்த வேண்டும். மனதில் இந்த எளிமையானவற்றை படங்களாக பார்க்க முயல வேண்டும். பிறகுதான் நம் மூளை அந்த தகவலை அப்படியே பதிந்து வைத்து பின் தேவையான போது நினைவுப்படுத்தும்.

தேவையான அளவு ஓய்வும், உறக்கமும் மூளையின் திறன் குறையாமல் இருக்க மிகவும் அவசியம் என்றும் ஆராய்ச்சியாளர்கள் கூறுகிறார்கள். எப்போதும் வழக்கமான செயல்களையே செய்து கொண்டிராமல் புதிய புதிய முயற்சிகளிலும், செயல்களிலும் ஈடுபடுபவர்கள் மூளை முதுமையிலும் இளமையாகவும், திறனுள்ளதாகவும் இருப்பதாக ஆராய்ச்சிகள் கூறுகின்றன.

புதியனவற்றைக் கற்க அதிக ஆர்வம் காட்டுபவர்களின் மூளை, தன் திறனை இழக்காமல் பெருமளவு தக்க வைத்துக் கொள்கிறது என்கின்றனர் விஞ்ஞான ஆராய்ச்சிகள். ஒரு விஷயத்தை எந்த அளவுக்கு ஆர்வத்தோடு கற்றுக் கொள்கிறோம் என்பதைப் பொறுத்தே அந்த விஷயம் நம் நினைவிலிருக்கும்.

மனப்பாடம் செய்வது, மூளை இயக்கத்தை தூண்டுகின்ற செயல்பாடுகளாகும். பாடம் சம்பந்தமான கேள்விகளுக்கு ஓவியம் மூலம் பதில் அளித்தால் நம் மூளையின் வலதுப் பக்கம் நன்கு தூண்டப்படும். வார்த்தைகளை தலைகீழாக, இடதுப் பக்கத்திலிருந்து வலதுப் பக்கமாக எழுதினால் நாம் கவனத்துடன் எழுதுவதால் நம் நினைவில் பதிந்துவிடும். வார்த்தைகளுக்கு வண்ணம் மாற்றுதலின் மூலம் செய்திகள் பதிதல் நன்றாக நடக்கும்.

முதல் முதல் நம்மை சந்திக்கும் மனிதர்களின் பெயரை நினைவில் வைத்திருக்க வேண்டுமானால் அவர்களை நாம் சந்திக்கும் போது அவர்களுடைய அடையாளங்களில் வித்தியாசமான ஒன்றை கண்டறிய வேண்டும். எல்லா மனிதர்களும் ஒன்று போல இருப்பதில்லை. எதிலாவது ஒன்று மற்றவர்களைக்காட்டிலும் நிச்சயமாக வேறுபட்டிருக்கும். நாம் சந்திக்கும் நபரின் பெயரை அவர்களுடைய குணாதிசயங்கள், முகப்பாவனையோடு தொடர்புபடுத்தி வைத்துக்கொண்டால், நம் நினைவில் அப்பெயர் நீண்ட கால நினைவுகளாக தங்கிவிடும்.

மீண்டும் மீண்டும் படித்தலே நினைவில் நிறுத்துதலின் அடிப்படை. ஒரு விஷயத்தைக் கற்றபிறகு பின்னர் மீண்டும் மீண்டும் நினைவுபடுத்திப் பார்ப்பது அவசியம்.

புதிய தகவல்கள் முன்பே அறிந்தவற்றோடு தொடர்புடையது எனும்போது அவற்றை நினைவுபடுத்திப் பார்த்து இணைத்து பதிவு செய்யலாம். திரும்பத்திரும்ப எண்ணிப்பார்க்காத எதுவும் மறந்துபோகும்.

மனப்பாடம் செய்ய வேண்டியது மிக நீண்டப்பகுதியாக இருந்தால் அதை சிறுசிறு பத்திகளாகப் பிரித்துக்கொண்டு முதலில் முதல் பத்தியை மனப்பாடம் செய்ய வேண்டும். பிறகு இரண்டாவது பத்தியும் அடுத்து முதல் இரண்டு பத்திகளுடன் அடுத்த பத்தியைச் சேர்த்தும் மனப்பாடம் செய்ய வேண்டும். நீண்ட பகுதியை மனப்பாடம் செய்ய இது மிகவும் ஏற்றமுறை என உளவியல் அறிஞர்கள் கண்டறிந்துள்ளனர்.

. 'தொடர்புப்படுத்தல்' என்பது நினைவுத்திறனை அதிகரிக்கும். உறுதியாக தொடர்புபடுத்தப்படாத எதுவும் நம் நினைவில் நிற்பதில்லை. ஒரு விஷயத்தில் உங்களுக்கு எந்த அளவிற்கு ஆர்வம் இருக்கிறதோ, அந்த அளவுக்குத்தான் கவனமும் இருக்கும். நமது கவனத்தை ஈர்த்த எதுவும் உடனே மனதில் பதிந்துள்ள வேறு எதனுடனாவது தொடர்புப் படுத்தப்படவேண்டும். ஆகவே கவனித்தல், தொடர்புப்படுத்தல் இவையிரண்டுமே நினைவில் நிறுத்த முக்கியத்துவம் வாய்ந்தவை.

நாளை வகுப்பில் நடத்தப்போகும் பாடங்களை இன்றே படித்துவிட்டு சென்றால் பாடம் நடத்தும்போது சுலபமாகப் புரியும். இதன் மூலம் ஆர்வமும் கவனிக்கும் திறனும் அதிகமாகும் என்கிறார்கள் ஆராய்சியாளர்கள்.

புதிய பாடங்களை படிக்கும்போது முதலில் கேள்விகளை படித்துவிடவேண்டும். இப்போது நம் மனதில் கேள்விகள் எழுந்திருக்கும். இந்த சந்தேக கேள்விகளோடு பதில் பகுதியை படிக்கும்போது தெளிவும் கிடைக்கும். கவனமும் அதிகமாகும்.

இரண்டு நிமிடம் கண்களை மூடி சுவாசத்தை கவனித்துவிட்டு, பிறகு படிக்கத் தொடங்குகள். மனம் ஒருமுகப்பட்டு படிக்கலாம்.

பார்முலா மற்றும் சமன்பாடுகளை, போன்றவற்றை இடது கையால் எழுதிப்பார்க்கவேண்டும். இடது கையை பயன்படுத்த, முழுகவனத்துடன் செயல்பட வேண்டியுள்ளது. எனவே இவை சுலபமாக மனதில் பதிந்துவிடும். அடிக்கடி பார்கிற அனைத்தையும் நம் மூளை

தனக்குள் பதிய வைத்துக்கொள்கிறது. படித்ததை சொல்லிப்பார்ப்பதைவிட, எழுதிப்பார்பதே சிறந்தது.

குனிந்து வளைந்து உட்காரும் போது நம் நுரையீரல் சுருங்குவதால் நாம் சுவாசிக்கும் ஆக்ஸிஜன் அளவும், அதன் மூலம் நம் மூளைக்குச் செல்லும் ஆக்ஸிஜன் அளவும் குறை யும். இதனால் படிக்க உட்கார்ந்த கொஞ்ச நேரத்திலேயே கொட்டாவி விட ஆரம்பித்துவிடு வோம். கொட்டாவி என்பது ஆக்ஸிஜன் குறைபாடு. எனவே நன்றாக நிமிர்ந்து உட்கார்ந்து படியுங்கள். சுவாசமும் சீராக இருக்கும். சோர்வு ஏற்படாது. படித்தது மறக்காமல் இருக்கும்.

ஏதாவது ஒரு சாதாரண பொருளை எடுத்துக் கொள்ளுங்கள். அது நீங்கள் தினம் பார்க் கக்கூடிய பொருளாக இருக்கட்டும். இனி அடுத்த சில நிமிடங்களுக்கு அதை தவிர நீங்கள் வேறு எதையும் நினைக்காமல் அதை சிந்தியுங்கள். உங்கள் முழுக் கவனமும் அதிலேயே இருக்கட்டும். அதன் உருவம், நிறம், அளவு, உபயோகங்கள், என்று மனம் அதை சார்ந்த, அதை மையமாகக் கொண்ட விஷயங்களை மட்டுமே சிந்தியுங்கள். அந்தப்பொருளை பற் றிய அதிக விவரங்களை அறிய ஆரம்பிப்பீர்கள். மனதின் திறன்களைப்பலப்படுத்துவதே இந்தப் பயிற்சியின் நோக்கம்.

டி.வி யில் வரும் விளம்பரங்களை பாருங்கள் அதைபற்றி ஆராய்ச்சி பண்ணுங்கள். வேறு எந்த மாதிரி இந்த விளம்பரம் இருந்தால் இதைவிட நன்றாக இருக்கும் என சிந் தித்துப் பாருங்கள். சிந்திக்க, சிந்திக்க மூளையின் சிந்திக்கும் ஆற்றல் வளர்வதோடு நினை- வாற்றலும் பெருகும்.

ஒவ்வொரு புதிய பொருளை, பார்க்கையிலும் மூளையில் புதிய புதிய சர்க்யூட்டுகள் உருவாகின்றன. திரும்பத் திரும்பச் சொல்லிக் கொடுக்கப் பட்ட விஷயங்கள் ஒரு குறிப்பிட்ட ந்யூரான் இணைப்புத் தடத்தை பலப்படுத்தி, கற்றலை சுலபமாக்குகிறது.

தீர்வுக்காண முடியாத பிரச்சனைகள் இருக்கும் போது, சிறிது நேரம் தூங்கி எழுந்தால் தீர்வுக்கான விடைக் கிடைக்கும் என்கிறார்கள். ஆழ்ந்த உறக்கம் நினைவாற்றலை தேக்கி- வைக்கும். தூக்கம் நமக்குத் தேவையில்லாத செய்திகளை அழித்து, தேவையான செய்தி- களை வலுப்படுத்தி நினைவலைகளாக மூளையில் பதியவைக்கிறது.

நீங்கள் எந்த கலையை கற்றுக்கொண்டாலும் சரி, உங்களது ஐ.க்யூ மதிப்பும் அத்துடன் அதிகரிக்கும் என்பதை அறிந்து கொள்ளுங்கள். ஒருவரது ஐ.க்யூ.(நுண்ணறிவு எண்) எந்த வயதிலும் நாம் மேம்படுத்திக்கொள்ள முடியும் என்று தற்போது கண்டறியப்பட்டுள்ளது.

மூளையின் இடப்பக்கம் அமைந்துள்ள மோட்டார் கார்டெக்ஸ் பகுதியில் தான் பெயர்- களை ஞாபகம் வைத்தல், படித்தல் மற்றும் பேச்சு ஆகிய நிகழ்வுகளின் முக்கிய அம்சங்கள் அடங்கியுள்ளது என்பது குறிப்பிடத்தக்கது.

நினைவு ஆற்றல் பயிற்சிகளின்போது மூளையின் பல்வேறு பகுதிகளை ஸ்கேன் செய்- வதன் மூலம் மூளையில் ஏற்படும் நுணுக்கமான மாற்றங்களையும் கூட கண்டறிய முடியும். நினைவு ஆற்றலை அதிகப்படுத்தும் பயிற்சிகள் குறித்து மேற்கொள்ளப்பட்டு வரும் ஆய்- வுகளின்போது, நியூரான்களை ஒன்றோடு ஒன்று இணைக்கும் சினாப்ஸஸின் எண்ணிக்கை அதிகரித்தால் மட்டுமே அறிவாற்றல் அதிகரிக்கும் என்பதை கண்டறிந்துள்ளனர்.

கவனம் தான் கற்றலின் அடிப்படை ஆதாரம். எனவே, கவனிக்கும் திறனுக்கு பயிற்சி அளிக்க வேண்டும் என்று நரம்பியல் விஞ்ஞானிகள் கூறுகின்றனர். புதிதாக ஒரு நபரை

அறிமுகம் செய்யும்போது, அவரை கூர்ந்து கவனித்திருந்தால் தான் பிறகு அந்த நபரின் பெயர் நினைவில் வைத்துக்கொள்ள முடியும். படிப்பதையும், காண்பதையும், கேட்பதையும் எல்லாம் ஆர்வத்தோடு கையாளவில்லையென்றால் அந்த தகவல்கள் பிறகு நினைவு கூர்தல் எளிதாக இருக்காது .

ஒருவரது மூளை இருமொழிகளை அல்லது பன்மொழிகளை பயன்படுத்தும்போது மூளையில் உள்ள கார்டிகல் சர்க்யூட்டுகள் நன்றாக இயங்கும். இருமொழிகளை கையாளுபவர்கள் வழக்கத்தைவிட அதிக கவனம் செலுத்த வேண்டியிருக்கும். இதுவே மூளைக்கு ஒரு பயிற்சியாகவும் அமையும்.

தேவையான தகவல்களை உடனுக்குடன் நினைவு கூர, நீங்கள் ஞாபகத்தில் வைக்க நினைக்கும் நிகழ்வை ஒரு தெளிவான சித்திரத்துடன் இணைத்து யோசித்துப் பாருங்கள். நீங்கள் நினைவு கூர விரும்பும் தகவலை, ஒரு முறை கைகளை பயன்படுத்தி எழுதியிருந்தால் அது ஞாபகம் வைப்பதில் சிரமம் ஏற்படாது.

தோப்புக்கரணம் அமெரிக்காவில் ஆராய்ச்சிக்கு எடுத்துக் கொள்ளப்பட்டுள்ளது. தோப்புக்கரணம்போடுவதால், மூளைபலம்பெறுகிறது. காதுகளைப் பிடித்துக் கொள்வது மிக முக்கிய அக்குபஞ்சர் புள்ளிகளைத் தூண்டி விடுகின்றன. இடதுக் கையால் வலதுக் காதையும், வலதுக் கையால் இடதுக் காதையும் பிடித்துக் கொண்டு உட்கார்ந்து எழுகையில் மூளையின் இரு பகுதிகளும் பலனடைந்து, மூளையில் உள்ள நியூரான் செல்கள் உற்பத்தியும் அதிகரிக்கிது எனக் கண்டறிந்துள்ளனர்.

தோப்புக்கரணம் போடும் போது வாயை மூடிக்கொண்டு மூக்கு வழியாக காற்றை உள்ளிழுக்க வேண்டும். உட்கார்ந்து எழுந்திருக்கும் போது உள்ளிழுத்த காற்றை வாய் வழியாக வெளியே விட வேண்டும். ஒரு நிமிடம் செய்யும் இந்த பயிற்சி முப்பது நிமிட நடை பயிற்சிக்கு சமம் என்கிறார்கள்.

மூளையில் எப்படி நினைவுகள் பதிவாகின்றன என்பதை நரம்பியல் வல்லுநர்கள் வெளியிட்டிருக்கும் ஆராய்ச்சி முடிவுகள் விளக்குவதாக உள்ளது. நரம்புக்கூட்டத்தின் சமநேர மின்துடிப்பே நினைவுகள். நரம்பு செல்களின் வழியாகப் பாயும் மின்சார ஓட்டம்தான் நினைவுகள். ஒரே சமயத்தில் துடித்து செயல்படும் நரம்பு செல் கூட்டங்களே குறிப்பிட்ட நினைவுகளுக்குக் காரணம்.

ஹிப்போக்கேம்ப்பஸ் பகுதிக்கு மூளையின் பல்வேறு பகுதியிலிருந்தும் தகவல்கள் தொடர்ந்து வந்துகொண்டிருக்கும். உடனே ஹிப்போகேம்ப்பஸானது பயம், கோபம், போன்ற உணர்வுகளை வெளிப்படுத்தும் உறுப்பான அமிக்டலா என்ற உறுப்புடன் தொடர்பு கொள்ளும். இதன் மூலம் நாம் எதைப் பார்த்தாலும், கேட்டாலும், சுவைத்தாலும், முகர்ந்தாலும் அல்லது ஸ்பரிசத்தால் உணர்ந்தாலும் உடனே அவை வெறும் தகவல்களாக அறியப்படாமல் தக்க உணர்வுகளுடன் அறியப்படுகின்றன.

ஒரு விஞ்ஞானி, ஆராய்ச்சிக்காக எலியை வைத்து, ஆய்வு மேற்கொண்டிருந்தார். பல்வேறு விதமான ஒலிகளை எழுப்பி, எலியை, அந்த கட்டளைக்கு கீழ்படியப் பழக்கினார். ஒன்றும் பலன் இல்லை.

உணவுநேரத்திற்கு முன் மணியை ஒலிக்க செய்தார். மணி சப்தம் கேட்டவுடன் எலிக்கு தவறாமல் உணவு வைத்தார். ஓரிரு நாட்களில் எலி தொடர்ந்து உணவு எடுத்துக் கொள்ள

ஆரம்பித்து விட்டது.

கிட்டதட்ட ஒரு மாத காலம் இதற்கு ஆனது. இறுதியாக தனது ஆராய்ச்சிக் குறிப்பில் விஞ்ஞானி இவ்வாறு எழுதினார். எலி எந்த சப்தத்திற்கும் கீழ்ப்படியாது. மணி சப்தத்திற்கு மட்டுமே கீழ்ப்படியும்.

அன்று இரவு புதிதாக வந்த எலி ஒன்று, நமது எலியிடம், என்ன அண்ணே! எப்படி இருக்குது இந்த வாழ்க்கை?என கேட்டது.

அட அத ஏன் கேட்கிற? ஒரு மாசமா இந்த ஆள்கிட்ட நான் பட்டபாடு, பசிக்கிற நேரத்துக்கு ஒழுங்கா சாப்பாடு வைக்கத்தெரியல. ஒரு வழியா மணி அடித்தவுடன் சாப்பாடு வைக்கிற மாதிரி பழக்கறதுக்குள்ள எனக்கு தாவு தீர்ந்து போச்சு போ! என்றது.

சிரிக்கும் போது வலதுப் பக்க மூளை வேலை செய்கிறது. ஆழ்மனம் விழித்துக் கொள்-கிறது. சிரித்தால் மூளையில் எண்டார்பின் எனும் அமிலம் கிளம்பி, இயற்கையான உற்சா-கத்தை அளிக்கிறதாம். ஒரு ஜோக்கை படித்து ரசித்துவிட்டு அடுத்த அத்தியாயம் செல்-வோம்.

மிஸ்டர் எக்ஸ், எலக்ட்ரீசியனாக இருந்தார். அவரிடம் பெண்மணி ஒருவர் வந்து, தனது வீட்டில் அழைப்பு மணி வேலை செய்யவில்லை என்று கூறி, அதை சரி செய்ய அழைத்-தார்.

மிஸ்டர் எக்ஸ்,, "நாளை வருகிறேன்" என்றார்.

ஆனால் நாலைந்து நாட்கள் ஆகியும் அவர் வரவில்லை. அந்தப் பெண்மணி மறுபடியும் கடைக்கு வந்தார்.

"ஏன் வரவில்லை..?"

"ஐயோ! உங்கள் வீட்டுக்கு நாலு முறை வந்துவிட்டேன். ஒவ்வொரு முறையும் நான் அழைப்பு மணி அழுத்தினேன். யாரும் வந்து கதவைத் திறக்கவில்லை"

5

மனதை ஒருமுகப்படுத்து

சூரிய ஒளி பரந்துக்கிடக்கும் பூமியின் மீது எங்கும் சமமாகப் பரவுகிறது. ஒரு லென்சைக் கொண்டு காகிதத்தின் மீது குவித்தோமானால், அந்த காகிதம் எரிந்துவிடுகிறது. இதைப்போன்றுதான் ஒளி, அதிக செறிவுடன், ஒரு இடத்தில் குவிக்கப்பட்டு, ஒரு பொருளை அறுக்க, துளையிட, மருத்துவத்தில் அறுவை சிகிச்சை செய்யவும் பயன்படுகிறது. இந்த ஒளிக்கற்றையைத்தான் லேசர் என்கிறோம்.

லேசர் ஒளியை உருவாக்கும் படிகத்தினில் துள்ளித்திரியும் ஒளித்துளிகள் படிகத்தின் இருமுனைகளிலும் உள்ள ஆடிகளால் மீண்டும் மீண்டும் எதிரொளிக்கப்படுகின்றன. சில மைக்ரோ செகண்டுக்குப்பின், அதிக செறிவு கொண்ட பேரொளி(லேசர் ஒளி) வெளிவரும். இந்த ஒளிக்கற்றையை நீண்ட தொலைவிற்கு அனுப்பலாம்.

சாதாரண ஒளிக்கும், லேசர் ஒளிக்கும் உள்ள வேறுபாட்டை கீழ்க்கண்ட உதாரணத்தை வைத்துப் புரிந்துக் கொள்ளலாம். ஒரு பொதுக்கூட்டம் நடக்கிறது. கூட்டம் முடிந்தபிறகு பொதுமக்கள் நாலாபுறமும் கலைந்து செல்கின்றனர். சற்று நேரத்தில் யாரும் அங்கு காணப்படமாட்டார்கள், அதேபோல் ஒரு போராட்டம் நடத்த ஒரேக்குறிக்கோளோடு அணிவகுத்து செல்லும் மக்கள் கூட்டத்தையும் பாருங்கள். இரண்டு நிகழ்ச்சியிலும் மனிதர்களின் எண்ணிக்கை சமம் எனக்கொள்க. எந்தக் கூட்டம் அதிக பலம் கொண்டது என்பதை நாம் அறிவோம். அதுப்போலத்தான் எல்லா திசைகளிலும் சிதறி மறைந்துவிடுவது சாதாரண ஒளி. ஆனால் லேசர் ஒளிக்கற்றையோ ஒரே திசையில் அணிவகுத்து வருவதால் அதன் ஆற்றல் பல மடங்கு அதிகரிக்கிறது. சாதாரண ஒளியை லேசர் ஒளியாக மாற்றியதால் அதன் பயன் எத்தகயதாக உள்ளது பாருங்கள்! இதுப்போல் நம்மிடம் உள்ள ஆற்றலை மேம்படுத்தினால் அதன் பயன் அளவிடமுடியாத ஒன்றாக இருக்கும். எப்படி ஒளியானது லேசர் ஒளியை தர ஒரு சாதனம் தேவைப்படுகிறதோ, அதுபோல் நம் ஆற்றலை மேம்படுத்தும் சாதனம்தான் நம் மனம்.

எந்தவொரு பொருளும் அணுக்களின் கூட்டமைப்புதான். உலகில் உள்ள அனைத்துப் பொருள்களும் இயங்கிக்கொண்டே இருக்கிறது. மனிதனின் மூளையை லேசர் ஒளியை உருவாக்கும் படிகத்தோடு ஒப்பிட்டுப்பாருங்கள். மனிதனின் மூளை என்பது செல்களின் தொகுப்பே. நம் மூளையில் கோடானக் கோடி நரம்புச் செல்கள் உள்ளன. ஒவ்வொரு செல்-

லும் நினைவுகளை ஆற்றல்களாக சேமித்து வைத்துள்ளது.

இயல்பான நிலையில் இருக்கும் மனிதனின் மூளையில் உள்ள சிந்தனை நாலாபுறமும் சிதறியடிக்கப்படுகிறது. இந்த எண்ணங்களை லேசர் ஒளிப்போல் மாற்றிவிட்டால் பயன்தான் எத்தகயதாக இருக்கும் என்பதை எண்ணிப்பார்க்க வேண்டும்.

லேசர் என்பது ஒளி ஆற்றலைப் பெருக்குவது. அதுபோல, நம் மனம் என்ற கருவி யைக்கொண்டு எண்ணங்களைப் பெருக்க, ஆற்றலை மேம்படுத்த என்ன செய்யவேண்டும் என்றால், மனதைக் கட்டுப்படுத்தி சாதாரண சிந்தனை ஒளியை லேசர் ஒளிப்போல் செறிவு மிக்கதாகவும், ஒரே குறிக்கோளை அடைய குவிந்து செல்ல, நாம் பயன்படத்திக்கொள்ள- லாம். லேசர் கதிர்களை உண்டாக்கும் கருவியான படிகத்தில் உள்ள அணுக்களை அதிக ஆற்றல் கொண்டநிலைக்கு எடுத்துச்செல்ல நாம் அதன்மீது ஒளித்தெறிப்பு குழாயின் மூலம் ஒளியைப் படும்படி செய்தோம். இந்த தூண்டுதல் இல்லை என்றால் லேசர் ஒளியை நாம் பெற இயலாது.

லேசர் ஒளியை உருவாக்க எவ்வாறு வெளித்தூண்டல் ஒன்று தேவைப்பட்டதோ அது- போலத்தான், நம் மனதில் ஆற்றலை பெருக்கவும் வெளித்தூண்டல் ஒன்று தேவைப்படுகிறது. அந்த தூண்டல் ஒளியானது நாம் வாழும் #ழலிடமிருந்து பெறப்படுகிறது. வெளித்தூண்டல் ஏற்பட்டவுடன் நம் மனம் சிந்திக்க ஆரம்பிக்கிறது. பலவற்றைச் சிந்திக்கிறோம். இந்த எண்- ணங்களை மேம்படுத்த வேண்டும். எப்படி படிகத்தில் உள்ள அணுக்களை உயர் ஆற்றல் மட்டத்திற்கு எடுத்துச் சென்று ஒளித்துளிகளை உமிழ வைத்தோமோ அதுப்போல் நம் மனதை உயர்ந்த இலட்சியத்தில் நிறுத்தி ஒளித்துளிகள் போல் நல்ல எண்ணங்களை உமிழச் செய்கிறோம்.

லேசர் சாதனத்தில் எப்படி உமிழப்பட்ட ஒளித்துளிகள், படிகத்தின் இரு முனைகளில் உள்ள ஆடிகளால் மீண்டும் மீண்டும் எதிரொளிக்கப்பட்டதோ, அதுப்போல், தோன்றும் எண்ணங்களை, மனதை ஒருமுகப்படுத்துவதால் எண்ணங்கள் உள்ளுக்குள்ளேயே மீண்டும் மீண்டும் சிந்திக்கப்பட்டு லேசர் கதிர்களைப்போல் ஒருமுகப்படுதப்பட்ட ஞானப்பேரொளியாக வெளிவரச்செய்யலாம்.

புலன்களை அடக்கி மனதை ஒருமுகப்படுத்துவதால், நமக்கு அதிகமான ஆற்றல் கிடைக்கிறது என்பதை விஞ்ஞானம் நிரூபிக்கிறது. சாதாரண எண்ணங்களை தியானத்தின் மூலம் மேம்படுத்திய மனிதர்களே, மகான்கள் ஆகின்றனர். மனதை ஒருமுகப்படுத்தி இயற்- கையின் தத்துவங்களை கண்டுபிடித்துச் சொல்கின்றனர்.

ஒவ்வொரு மனிதனும், தன் மூளையின் அளவில், குறைந்த சதவிகிதத்தைதான் பயன்- படுத்துகிறான் என்கிறது விஞ்ஞான ஆராய்ச்சி. முழுவதும் பயன்படுத்தினால் கிடைக்கும் ஆற்றல்களை எண்ணி வியப்படைய மட்டுமே நம்மால் முடிகிறது. சாதாரண ஒளியை லேசர் ஒளியாக மாற்றுவதுபோல், ஒவ்வொரு மனிதனும் தன் சிந்தனை ஒளியை, ஞானப்பேரொ- ளியாக மாற்ற வேண்டும்.

லேசர் என்பது நிரூபிக்கப்பட்ட அறிவியல் உண்மை எனச்சொல்லும்போது, அதே நிகழ்வு நம் மனதிலும் நடைப்பெறுகிறது என்பதை நாம் நம்பிட வேண்டும். லேசர் கதிர்கள் விரிந்து செல்லாது, ஒன்றையொன்று அழித்துக்கொள்ளாது. அதனால்தான் அதன் ஆற்றல் அதிக- மாக இருக்கிறது. ஒருமுகப் படுத்தப்பட்ட ஆற்றலுக்கு லேசர் ஒரு சிறந்த உதாரணமாகும்.

நீராவி என்ஜினில், நீரை வெப்பப்படுத்த நீராவி உண்டாகிறது. இந்த நீராவியை சிறு துவாரத்தின் வழியாக ஒருமுகப்படுத்தி செலுத்துவதால், அது பிஸ்டனை தள்ளி, சக்கரங்-களை சுழலச் செய்கிறது. அது போல நம் எண்ணங்களை ஒருமுகப்படுத்துவதால் பல காரி-யங்களை எளிதாகச் செய்ய இயலும்.

சுட்டெரிக்கும் வெய்யிலில் சக்கி வாய்ந்த ஒரு லென்ஸை ஒரு தாளின் மேல் அசைத்-துக்கொண்டேயிருந்தால் தாளில் தீப்பிடிக்காது. ஆனால், லென்ஸை ஒரே இடத்தில் அசை-யாமல் பிடித்துக்கொண்டால் அந்தத் தாள் தீப்பற்றிக் கொள்ளும். இதுவே ஒருமுகப்படுத்து-வதின் சக்தியாகும்.

நமது மூளை இயங்கிக் கொண்டிருக்கும் போது ஒரு குறிப்பிட்ட அளவில் மின் அலை-களை வெளிப்படுத்துகிறது. இதனை அடிப்படையாக கொண்டு அறிவியலாளர்கள் ஆய்வு செய்து மூளையின் வேகத்தை நான்கு வகையாக பிரித்திருக்கிறார்கள்.இதற்கு பீட்டா, ஆல்பா, தீட்டா, டெல்டா என்று பெயர் சூட்டியிருக்கிறார்கள்

விழித்திருக்கும் போது இருக்கும் பீட்டா நிலையில் மூளை அலைகளின் இயக்கம் விநா-டிக்கு 14 முதல் 21 சைக்கிள் என்ற அளவில் உள்ளது. ஆல்பா நிலையில் மூளை அலை-களின் இயக்கம் விநாடிக்கு 7 முதல் 14 சைக்கிள் என்ற அளவில் உள்ளது. யோசனைகள் ஆற்றலுடன் செயல்படும் தீட்டா நிலையில் மூளை அலைகளின் இயக்கம் விநாடிக்கு 4 முதல் 7 சைக்கிள் என்ற அளவில் உள்ளது. ஆழ்ந்த உறக்கத்தில் உள்ள டெல்டா நிலை-யில் மூளை அலைகளின் இயக்கம் விநாடிக்கு 1.5 முதல் 4 சைக்கிள் என்ற அளவில் உள்ளது.

மூளை முழுதுமாக இயங்குவதற்காகச் செய்யப்படும் பயிற்சிகள் பீட்டா நிலையிலிருந்து மிகச் சுலபமாக ஆல்பா மட்டத்திற்கும், பிறகு தீட்டா மட்டத்திற்கும் நம்மை ஏற்றி விடுகிறது. செய்யும் தியானத்தால், யோகிகள் மிகச் சுலபமாக அதி வேகத்தில் டெல்டா நிலையை அடைவதாக ஆராய்ச்சிகள் நிரூபிக்கின்றன.

இந்த நான்கு நிலைகளில் மனிதனுக்கு சக்தி தரும் நிலை எது எனில் தூக்கத்திற்கும் விழிப்பிற்கும் இடைப்பட்ட ஆல்பா நிலைதான். ஏழுமுதல் பதினாலு வரையிலான அலை அளவில் இடது மூளையும் வலது மூளையும் சிறப்பான முறையில் இணைந்து பணியாற்று-கின்றன. படைப்பாக்கம் ஆல்ஃபா நிலையிலேயே சிறப்பாக நடைபெறும்.

இதனால் நமக்கு பல நன்மைகள் கிடைக்கின்றன. குறிப்பாக இந்த நிலையில் இருக்கும் போது தான் நம் ஆழ்மனம் திறக்கும். ஆழ்மனத்தின் சக்தி மூலம் எண்ணற்ற காரியங்களைச் சாதிக்கலாம்.

ஆல்பா நிலை தியானத்தில், ஆழ் மனது திறந்திருக்கும் போது மனம் அமைதியடைந்த சூழ்நிலையில், எதை விரும்பினாலும் நிறைவேறும். தியானம், யோகா போன்றவை நம் செயல்திறனை மேம்படுத்தும் சில சுரப்பிகளை தூண்டுவதாக விஞ்ஞானிகள் கூறுகின்றனர்.

தூக்கம் வரும் பொழுது படிக்கிற எதுவும், நம் மூளையில் நன்றாக பதிந்துவிடுவதாக விஞ்ஞானிகள் கண்டுபிடித்துள்ளார்கள். மனதில் பதியாத மனப்பாட செய்யுள்களை சிடியில் பதிவு செய்து வைத்து படுக்கும்போது கேட்டுக்கொண்டே தூங்கிவிடுங்கள். உங்கள் ஆழ்மனம் அதை நன்றாக பதியவைத்துக்கொள்ளும்.

நமது உடம்பின் அனைத்து உறுப்புகளும் ஒரே நேரத்தில் தூங்கத் தொடங்காது. முதலில் கண்கள், பின்னர் வாசனையை உணரும் உறுப்புகள், அதன் பிறகு சுவை மொட்டுக்கள், காது, இறுதியாக தோல் ஆகியவைத் தூங்கும். ஆனால், நாம் விழிக்கும் போது இது தலை-கீழாக நிகழும். முதலில் தோல் தன் வேலையைத் தொடங்கும். பின்னர், கேட்கும் உறுப்பு-கள், சுவை உணரும் உறுப்புகள், நுகரும் உறுப்புகள், கடைசியாகக் கண்கள் விழிப்படை-கின்றன.

நம்மால் நமக்கு தெரிந்ததை மட்டுமே கனவு காண முடியும். நாம் பார்க்காத எதுவும் நம் கனவில் வரவே வராது. நாம் காணும் கனவுகளை இரண்டு வகையில் பொருள் கொள்ள-வேண்டும். நம் எதிர்கால லட்சியங்கள், அதை அடைவதற்கான வழிமுறைகளை எண்ணிப் பார்ப்பது ஒரு வகையான கனவுதான். இக்கனவை நாம் விஷன் (vision) எனச் சொல்-கிறோம். நமது அப்துல் கலாம் அவர்கள் இளைஞர்களைக் காணச் சொன்னது, ஒளிமைய-மான எதிர்கால இந்தியாவைப் பற்றிய காட்சியைத்தான்.

மற்றொரு வகைக் கனவுகள்தான் நாம் கண்ணை மூடித் தூங்கும்போது படமாக ஓடுவது. நாம் அசந்திருக்கும்போது நமது மூளை மிகக்குறைந்த அளவில் வேலை செய்யும் நேரங்க-ளில், படக்காட்சிகள் போல நிகழ்வதுதான் கனவுகள் என்பது.

நம்மைச் சுற்றிய நிகழ்வுகளைத்தான் கனவாக காண்கிறோம். கனவு என்பது நாம் அயர்ந்து இருக்கும் நிலையில் நம் மனக்கண்முன் நடைபெறும் நிகழ்ச்சிகளின் ஒரு நினைவு என்று சொல்லலாம்.

கனவுகள் நம் மனதில் ரசாயன மாற்றங்களை விளைவிக்கின்றன. கனவே பல கண்டு-பிடிப்புகளுக்கு அடித்தளமாய் அமைந்திருக்கிறது என்கிறார் விஞ்ஞானி ஐன்ஸ்டீன். இன்-றைய கண்டுபிடிப்புகள் அனைத்துமே நேற்றைய கனவுகளின் வெளிப்பாடேயாகும். ஒரு புதிய கண்டுபிடிப்பு என்பது மனிதனுடைய கனவிலும், கற்னையிலும் உருவாகிறது. . கனவால் ஒரு லட்சியத்தை உருவாக்க முடியும். கனவால் ஒரு பெரிய சாம்ராஜ்யத்தையே தன்வசப்படுத்த முடியும்.

இன்டர்வியூவுக்கு செல்லவேண்டும் என்றால் அதைபற்றி கனவு காணுங்கள். கண்களை மூடி மனதை ஒருநிலைப்படுத்தடுத்துங்கள். பின் வீட்டிலிருந்து இன்டர்வியூவுக்கு எப்படி செல்கிறீர்கள், என்ன நிறத்தில் உடை அணிந்துள்ளீர்கள், என தொடங்கி, இன்டர்வியூவில் கேட்க்கப்படும் கேள்விகளுக்கு விடைகளை சரியாக சொல்லி பாராட்டு பெறுதல், பின் வெற்-றிபெறுவது, , வீட்டில் அந்த மகிழ்ச்சியை கொண்டாடுவது, என கற்பனையை விரிவாக்கி கனவொன்றை காணவேண்டும். கனவு என்பது வெறும் தொகுக்கப்பட்ட மாயதோற்றங்கள் மட்டுமல்ல, அது ஒரு ஐடியா! சுவாரஸ்யமான ஐடியாக்களை ஆழ்மனம் நினைவிலிருந்து மீட்டெடுத்து, நனவாக்கிப் பார்க்க துடித்துக்கொண்டே இருக்கும். அதற்கான சந்தர்ப்பங்கள் வாய்த்தால் கனவை நனவாக்கிவிடுகிறது.

நமது சுற்றுப்புறச் சூழ்நிலைக்கேற்ப நமது உடல், தன்னைப்பழக்கப்படுத்திக் கொள்வ-தைப்போல் மனதும் உடனே பழக்கப்படுத்திக் கொள்கிறது. மனதில் ஆக்கபூர்வமான — பாஸிட்டிவ் — எண்ணங்கள் ஏற்படுத்திக் கொள்ள வேண்டும். பாஸிட்டிவான எண்ணத்-தையே சொல்லிச் சொல்லி மனதளவில் உறுதிப்படுத்திக் கொள்ள வேண்டும்.

நேர் மறையாய் சிந்திக்க விழிப்புணர்வு தேவைப் படுகிறது. ஆனால் எதிர்மறை எண்-ணங்கள் அனிச்சையாகவே நிகழ்கின்றன.

எதிர்மறை எண்ணங்களான, கோபம், பொறாமை போன்றவற்றால் வேண்டாத ஹார்-மோன்கள் உடலில் அதிகமாகச் சுரந்து அவை இரத்தத்தில் கலப்பதால், இரத்தக் குழாய்-களில் அடைப்பு ஏற்பட்டு, அதன் காரணமாக மாரடைப்பு ஏற்படுகிறது. சிந்தனை, சொல், செயல் சீராக இயங்கும் பொழுது மூளையின் அலைகள் ஆல்பா நிலையில் செயல்பட்டு, நல்ல ஹார்மோன்கள் அதிக அளவில் உற்பத்தியாகி ரத்தத்தில் கலப்பதால் ரத்தக்குழாய்க-ளில் அடைப்பு வருவதை தவிர்க்கலாம் .

அதிகம் சத்தமில்லாத ஒரு இடத்தில் மனதுக்கு பிடித்த காட்சி, ஏதாவது ஒண்ணை தேர்ந்தெடுத்து அங்கே போய் வருவது போல் கற்பனை செய்து பார்க்கணும். உதாரணமா நீல நிறக் கடல்நீரில் "சித்திர செவ்வானம் சிரிக்க கண்டேன்" பாடிக்கிட்டே கடலலைகள் நடுவில் ஆனந்தமான பயணம்...மனம் ஃப்ரெஷ்ஷா இருக்கும். மிக மெதுவாக மூச்சை உள்ளி-ழுத்து, வெளியேற்ற வேண்டும். கண்மூடி புருவமத்திக்கு மனதை ஒருங்கிணைத்து ஆல்ஃபா லெவலுக்குச் செல்லவும்.

மனித மூளையின் சுறுசுறுப்புக்கு, முக்கியமானது குளுக்கோஸ். மூளையின் செயல்பாட்-டுக்கு அடிப்படை சக்தியை அளிப்பது கார்போஹைட்ரே எனப்படும் மாவுச் சத்துதான்.

கார்போஹைட்ரேட்ஸைப் போலவே உடலுக்கு மிகவும் முக்கியமானது புரோட்டின்கள் எனப்படும் புரதச்சத்து. நினைவாற்றலைத் தூண்டும் தன்மை புரோட்டின்களுக்கு உண்டு. புரோட்டினிலுள்ள அமினோ அமிலங்கள், மூளை விழிப்புடன் செயல்பட உதவுகின்றன.

காரட், தக்காளி, திராட்சை, ஆரஞ்சு, செர்ரி போன்ற உணவுகளில் மூளைக்கு தேவை-யான விட்டமின்கள், மினரல்கள், பைட்டோ கெமிக்கல்ஸ் நிறைந்தள்ளது. மூளையின் செல்-கள் அழியாதிருக்க பைட்டோ கெமிக்கல் உள்ள உணவுகளை உட்கொள்ள வேண்டும். உடலில் பி விட்டமின்கள் போதுமானதாக இருந்தால் ஞாபக சக்தி அதிகரிக்கும். மூளையின் ஞாபக சக்தியை சிறப்பாக்க மீனிலிருந்து கிடைக்கும் கொழுப்பு அமிலம் உதவுகிறது.

மூளையை புத்துணர்வுடன் வைத்திருப்பதில் ஆன்டிஆக்ஸிடென்ட்ஸின் பங்கு மிக அதிகம். உடலின் நோய் எதிர்ப்புச் சக்தியை அதிகரிப்பதிலும் இவை மிகவும் முக்கியப் பங்கு வகிக்கின்றன. காய்கறிகள், பழங்கள், பசலைக்கீரை, தக்காளி, ஆரஞ்ச், திராட்சை, முருங்கை இலை, கொத்தமல்லித் தழை, கறிவேப்பிலை, பழச்சாறுகள் போன்றவற்றில் வைட்டமின் ஏ மற்றும் சி , ஆன்டிஆக்ஸிடென்ட்கள் உள்ளன.

மனித உடலிலே மூளைதான் அதிக ஆக்சிஜனை உபயோகிப்பது. ஆக்ஸிஜன் செல்-லாவிட்டால், மூளை பாதிப்படையும். தலையை மூடிக்கொண்டு தூங்குவது, போர்வைக்குள் கரியமிலவாயு அதிகரிக்க வைக்கிறது. இது நீங்கள் சுவாசிக்கும் ஆக்ஸிஜனை குறைக்கிறது. குறைவான ஆக்ஸிஜன் மூளையைப் பாதிக்கிறது. நல்ல தூக்கம் நம் மூளைக்கு ஓய்வு கொடுக்கும். மூளையை அதிகமாக உபயோகப்படுத்தும் சிந்தனைகளை மேற்கொள்வதால், மூளையில் புதுப்புது இணைப்புகள் உருவாகின்றன. அதனால், மூளை வலிமையான உறுப்-பாக ஆகிறது.

முறையான பயிற்சிகளை பெறும் மூளை வளர்ந்து கொண்டிருக்கையில், பயிற்சிகளற்ற, திறன்கள் சரியாக ஊக்குவிக்கப் படாத மூளை, அதன் ந்யூரல் கனெக்ஷன்களை இழந்து

வளர்ச்சியின் வேகம் குறைகிறது.

உடலின் ஏதாவது ஓர் உறுப்பு தொடர்ந்து பயன்பாட்டில் இருந்தால், அது வளர்ச்சி அடையும். மூளையும் பயன்படுத்தினால்தான் நல்ல வளர்ச்சியடையும். புதிய புதிய விஷயங்களை கற்க அதிக ஆர்வம் காட்ட மூளையின் திறன் அதிகரிக்கும்.

சின்ன வயசில் இசை வகுப்புகளுக்கு சென்ற மாணவர்களின் IQ, மற்ற மாணவர்களைக்காட்டிலும் சற்று அதிகமாக இருப்பதாக ஆய்வு நடத்தியிருக்கிறார்கள். தியானம் மூலம் உங்கள் மூளையை உற்சாகப்படுத்துங்கள். தியானம் உங்களது IQ-வை அதிகரிக்கும். பிரானயாமம் போன்ற மூச்சுப்பயிற்சிகள், மூளைக்கு அதிகம் ஆக்ஸிஜன் செல்ல உதவுகின்றன. தினமும் பத்து முதல் பதினைந்து நிமிடங்கள், மூச்சுப் பயிற்சிகள் செய்தால், மூளையின் செயல்பாடு அதிகரிக்கும்.

இசையை ரசிப்பதன் மூலம், மூளையின் வலதுப் பாகம் வலுப்படுத்துவதுடன், அதன் வடிவமும் மாறும் என்று ஆய்வுகளின் மூலம் கண்டறியப்பட்டுள்ளது. இசையைக் கற்றுக் கொள்வது இரண்டு பக்க மூளையின் செயல்பாட்டுத் திறனையும் ஊக்குவிப்பதாக சமீபத்திய ஆராய்ச்சி முடிவுகள் தெரிவிக்கின்றன . சிக்கலான கணிதப் புதிர்களை விடுவிக்க மூளையின் எந்தப் பகுதி நன்கு செயல்பட வேண்டுமோ, அந்தப் பகுதியை இசை நன்கு தூண்டி செயல்பட வைக்கிறது. உலகப் புகழ் பெற்ற கணித மேதை ராமானுஜனுக்கு, கணிதத்திற்கு அடுத்து இசையில்தான் பெரும் ஆர்வம் இருந்ததாம்.

ஆல்பர்ட் ஜன்ஸ்டீன், தன் ஆராய்ச்சிப் பணிகள் சிக்கலாகி, தீர்வுகளைக் கண்டறிய சிரமப் படும்போதெல்லாம், ஒரு சிறு பிரேக் எடுத்துக் கொண்டு தனது வயலினில், இசையை இசைத்து மகிழ்வாராம்.

தினமும் உடற்பயிற்சி செய்தால் மூளையின் தசைநார்கள் நன்கு இயங்குகின்றன. தினம் முப்பது நிமிடங்கள் உடற்பயிற்சி செய்தால் , மூளைக்கு ஆக்ஸிஜனும் குளுகோஸும் வெள்ளம்போல் பாய்ந்து விடுகின்றன. இதனால் நமது மூளை ஆற்றல் குறையாமல் உச்சநிலையில் செயல்படுகிறது.

நன்றாக கண்களை மூடி நன்றாக மூச்சை ஆழ்ந்து இழுத்து, சற்று நிறுத்தி, மெல்ல விடுங்கள். மூளைக்கு சரியாக ஆக்ஸிஜன் செல்லாமல் இருந்தால் தலை வலி உடல் சோர்வு ஏற்படும்.

தியானத்தின் மூலம் மூளையின் வேகத்தை ஆல்ஃபா நிலைக்கு கொண்டுச்செல்ல முடியும். அந்த நேரத்தில் நமது ஆழ்மனம் திறக்கிறது. அதன் சக்தியை நாம் பயன்படுத்திக் கொள்ள முடியும். ஆழ்மனம மிகவும் சக்தி வாய்ந்தது. ஆனால் தானக எந்த முடிவுகளும் எடுத்து செயல்படாது. நமக்கு என்ன வேண்டும் என்பதை நாம் தான் தெளிவாக ஆழ்மனத்துக்கு எடுத்துக் கூற வேண்டும். அதன் பின் பல அதிசய மாற்றங்கள் நிகழ்வதைக் காணலாம்.

ஆழ்மனதின் சக்தி அளவிட முடியாதது. இரவில் நாம் தூங்கும்பொழுது மூளையின் வேகம் பீட்டாவில் இருந்து, ஆல்ஃபா, தீட்டா, டெல்டா என மாறி மாறி பின் மறுபடியும் பீட்டா நிலையைத் தொடுகிறது. தூக்கத்தில் இயற்கையான ஆல்ஃபா நிலையைக் கடக்கும் பொழுதும், நம் ஆழ்மனம் திறந்திருக்கிறது. அங்கு புதைத்து வைக்கப்பட்டுள்ள எண்ணங்கள், ஆசைகள், எல்லாம் அப்பொழுது கனவுகளாக வெளிப்படுகின்றன.

முதுகுத்தண்டு, கழுத்து, தலை இவைகளை ஒரே நேர்கோட்டில் வைத்து, அமர்ந்த நிலையில் கண்களை லேசாக மூடிய வண்ணம், மூச்சுக் காற்றை மெதுவாக உள்இழுத்து விடவும். ஒரு பத்து நிமிடம் மனம் மூச்சுக்காற்றிலே இருக்கட்டும். தினசிரி காலை, மதியம், மாலை, இரவு என்று வெறும் வயிற்றில் இப்பயிற்சியை செய்யவும்.

ஆழ்மனதில் புதைந்துள்ள பயங்கள், தயக்கங்கள் நம் செயல்திறனை வெகுவாகக் குறைத்து விடுகின்றன.. அவற்றை ஆல்ஃபா தியானத்தின் மூலம், ஆழ்மனம் திறந்திருக்கும் நேரத்தில் வெளியேற்றி விட முடியும். ஆழ்மனதால் எதையுமே சாதிக்க முடியும். நமக்கு என்ன தேவை என்பதை அதனிடம் நாம் சொல்வதுத்தான் முக்கியம். ஆல்பா தியானத்தில், ஆழ்மனதுக்கு சில கட்டளைகளை இடலாம்.

எதிர்காலத்தில் கணினிகள் அறிவு சார்ந்த கணினிகளாக இருக்கப் போகின்றன! நேனோடியூப் என்னும் சிறிய பாகங்கள் மூளையின் ஆற்றலை முழுவதுமாக அறிவதற்கு ரத்தக் குழாய் வழியே பல லட்சக் கணக்கில் மூளைக்குள் செலுத்தப்படும். இவை. மூளை-யின் ஒரு செல்லிலிருந்து இன்னொரு செல்லுக்கு எப்படித் தகவல்கள் செல்கின்றன என்-பதை நன்கு அறிந்துவிடும். பிறகு மூளையைப் போலவே செயலாற்றல் கொண்ட செயற்கை மூளை மெஷின் தயாராக வேண்டியது தான்! இதன்பெயரே ந்யூரல் மெஷின்!

மனித மூளை எப்படி சிந்திக்கிறதோ அதே போல மெஷின் மூளையும் சிந்திக்க ஆரம்-பித்து விடும்! அதாவது சூப்பர் இன்டெலிஜென்ஸ் மெஷின்கள் உருவாகி விடும். எலக்ட்ரானிக் முறையில் தகவல்கள் அனுப்பப்படுவதால் ஒரே விநாடியில் அது அனைத்-தையும் "கற்றதாக" ஆகிவிடுகிறது. அதிசய வேகத்தில் இவை செயலாற்றும் என அறிவிய-லார்கள் தெரிவித்துள்ளனர்.

ஜப்பானிய ஆராய்ச்சியாளர்கள் கோஷிமா என்ற தீவில் ஒரு வகைக் குரங்கினத்தின் இயல்-புகளை ஆராய்ந்து கொண்டிருந்தார்கள். அந்தக் குரங்குகளுக்கு உணவாக சர்க்கரைவள்ளிக் கிழங்கு தந்து வந்தார்கள். அவர்கள் சர்க்கரைவள்ளிக் கிழங்கை வெட்ட வெளியில் போட, குரங்குகள் அவற்றை எடுத்து சாப்பிட்டு வந்தன. அதில் பதினெட்டு மாதப் பெண் குரங்கு ஒன்று மட்டும் அந்தக் கிழங்கை பக்கத்தில் இருந்த ஓடையில் சகதியை நீக்கி சாப்பிட்-டது. அதைப் பார்த்த மற்ற சில குரங்குகளும் சர்க்கரைவள்ளிக் கிழங்கைக் கழுவி சாப்பிட ஆரம்பித்தன.

சில ஆண்டுகளில் ஒரு கணிசமான எண்ணிக்கையுடைய குரங்கினம் சர்க்கரைவள்ளிக் கிழங்கைக் கழுவி சாப்பிட ஆரம்பித்தவுடன், கிழங்கைக் கழுவாமல் சாப்பிடும் குரங்கே இல்லை என்கிற நிலை வந்தது. அந்தக் குறிப்பிட்ட சமயத்தில் அந்தத் தீவில் மட்டுமல்-லாமல் கிட்டத்தட்ட எல்லா தீவுகளிலும் உள்ள குரங்குகளும் உடனடியாக இந்தப் புதிய முறையைக் கடைபிடிக்க ஆரம்பித்தது தான் அதிசயம்.

அந்த ஆராய்ச்சியாளர்கள், எந்தப் புதிய பழக்கத்தையும், வழிமுறையையும் பயன்ப-டுத்துவோர் ஒரு கணிசமான எண்ணிக்கையை எட்டியவுடன் மன அலைகள் மூலமாகவே வெகுதூரம் அந்தப் புதிய பழக்கம் அல்லது வழிமுறை உடனடியாகவும் தானாகவும் பரவுகி-றது என்று கண்டுபிடித்தனர். எந்த ஒரு செயலையும் தள்ளிப் போடாமல் உடனே செய்தல் வேண்டும். முயற்சி இருந்தால் முடியாதது என்று எதுவுமில்லை. நினைவாற்றல் பயிற்சிகளை

இப்போதே தொடங்குங்கள்.